மனதோடு ஒரு சிட்டிங்

மனதோடு ஒரு சிட்டிங்

சோம. வள்ளியப்பன்

கிழக்கு

மனதோடு ஒரு சிட்டிங்
Manathodu Oru Sitting

Soma. Valliappan ©

Kizhakku First Edition: June 2022
152 Pages
Printed in India.

ISBN : 978-93-90958-29-0
Kizhakku - 1265

Kizhakku Pathippagam

177/103, First Floor, Ambal's Building, Lloyds Road, Royapettah, Chennai - 600 014. Ph: +91-44-4200-9603
Email : support@nhm.in Website : www.nhm.in

kizhakkupathippagam kizhakku_nhm

Author's Email: writersomavalliappan@gmail.com
Author's Website : www.writersomavalliappan.in
www.facebook.com/Soma Valliappan
www.youtube.com/Soma Valliappan

All illustrations, photos and images are for informational purposes only and are copyrighted by their respective owners.

Kizhakku Pathippagam is an imprint of New Horizon Media Private Limited

The views and opinions expressed in this book are the author's own and the facts are as reported by the author, and the publishers are not in any way liable for the same.

All rights reserved. No part of this publication may be reproduced, stored in a retrieval system, or transmitted, in any form or by any means, electronic, mechanical, photocopying, recording or otherwise, without the prior permission of the publishers.

சமர்ப்பணம்

என் மாமனார்,
தெய்வத் திரு பெசன்ட் நகர் எம்.சிதம்பரம் அவர்களுக்கு

பொருளடக்கம்

	முன்னுரை	 9
1.	கூச்சலிடும் மனது	 11
2.	மனம் என்ற அறை	 17
3.	மனம் என்ற கூடை	 24
4.	மனம் என்ற தராசு	 28
5.	மனது என்ற முதலாளி	 31
6.	மனதுக்குள் ஒட்டப்படும் போஸ்டர்கள்	 36
7.	கிளவுஸ் போட்ட மனது	 40
8.	கோலோச்சும் எண்ணங்கள்	 46
9.	மனதுக்கு சொல்லிக்கொடுப்பது	 51
10.	கண்டுபிடி, தூர எறி	 57
11.	யார் காரணம்?	 62
12.	ஒரே ஒரு முறை...	 66
13.	மனதைக் கழுவி...	 71
14.	மனசுக்கு வைத்தியம்	 76
15.	மனதோடு ஒரு சிட்டிங்	 82
16.	மன அழுத்தம் விரட்டலாம்	 87
17.	உடனேவா? தாமதித்தா?	 93
18.	மனசுக்கு சொல்லும் டார்கெட்	 98
19.	நேற்று இன்று நாளை	 104
20.	கணக்குப் பார்ப்பது	 109
21.	கேட்பதன் தாக்கம்	 114
22.	கலந்துவிடும் உணர்வு	 120
23.	பயம் வேறு எச்சரிக்கையாக இருப்பது வேறு	 123
24.	வெற்றியாளர்களின் கருவி	 128
25.	குவிக்கப்பட்ட கவனமே ஆற்றல்	 135
26.	மைக்ராஸ்கோப் டெலெஸ்கோப் பார்வைகள்	 140
27.	புதையல் இருக்கும் கிணறு	 144

முன்னுரை

2004ஆம் ஆண்டு நான் எழுதிய 'அள்ள அள்ளப் பணம் - 1' புத்தகம் வெளிவந்தது. அதன்பின் ஆனந்தவிகடனில் 'பணம் பண்ணலாம் பணம் பணம்' என்று தொடர் ஒன்று எழுத அழைத்தார்கள். 29 வாரங்கள் எழுதினேன். அதே காலகட்டத்தில் தினமணி நாளிதழிலும் நான் எழுதிய கட்டுரைகள் நடுப்பக்க கட்டுரைகளாக தொடர்ந்து வெளிவந்து கொண்டிருந்தன.

இவற்றால் எல்லாம் என்னைத் தெரிந்துகொண்டவர்கள், ரோட்டரி, லயன்ஸ் ஜூனியர் சேம்பர் ஆப் காமர்ஸ், எல்ஐசி போன்ற அமைப்புகளில் பேச அழைத்தார்கள். வேறு சில பத்திரிகைகளில் இருந்து எழுதவும் கேட்டுக்கொண்டார்கள்.

அப்படி கேட்டுக்கொண்ட பத்திரிக்கைகளில் ஒன்று, கோவையில் இருந்து வெளிவரும் 'நமது நம்பிக்கை' மாத இதழ். ஆசிரியர் கவிஞர் மரபின் மைந்தன் முத்தையா அவர்கள். முதலில் என்னிடம் ஒரு விரிவான பேட்டிதான் கேட்டார்கள். அடுத்து தொடர் ஒன்று கேட்டார்கள். 'முன்னேற்றம் இந்தப் பக்கம்' என்று ஒரு தொடர் எழுதினேன். அதற்குப் பிறகு அடுத்த தொடர் கேட்டார்கள். 'காலம் உங்கள் காலடியில்-2' என்று எழுதினேன். சிறு இடைவெளி கொடுத்து மீண்டும் இன்னொரு தொடர் கேட்க, உஷார் உள்ளே பார்-2 எழுதினேன். உஷார் உள்ளே பார் என்பது எனது ஒரு மனம் பற்றிய புத்தகத்தின் தலைப்பு. அடுத்து மனம் பற்றிய எழுத வேண்டிவந்தபோது அதே தலைப்பைக் கொடுத்தேன். அதுதான் மனதோடு ஒரு சிட்டிங்.

பங்குச்சந்தை, பணம், உணர்வு மேலாண்மை, நிர்வாகம், பொருளாதாரம் போலவே மனம் என்ற தலைப்பிலும் எனக்கு நிறைய எழுத ஆசை வருகிறது. அப்படிப்பட்ட சில, 'உஷார் உள்ளே பார்', 'இட்லியாக இருங்கள்', 'ஏமோஷனல் இன்டெலிஜென்ஸ் 2.0' போன்ற புத்தகங்களாக அமைந்திருக் கின்றன. அந்த வரிசையில் அடுத்த புத்தகம் 'மனதோடு ஒரு சிட்டிங்'.

மனது குறித்து எனக்கு அப்போது தோன்றுகிற எண்ணங்களை குறித்து வைத்துக் கொள்கிறேன். பின்பு எழுதுகிறேன். 'மனதோடு ஒரு அமர்வு' என்பதுதான் சரியான தமிழ் தலைப்பு. அழகான தலைப்பும் கூட. ஆனாலும் புத்தகம் விற்பனை சார்ந்திருப்பதால் அதிகம் புழக்கத்தில் இருக்கிற 'ஒரு சிட்டிங்' (பேசி முடிப்போம்) என்ற சொல் நெருக்கமாக இருக்கும் என்று நினைத்து தலைப்பு வைத்திருக்கிறேன்.

எனது முனைவர் பட்ட ஆய்வு மற்றும் NLP மாஸ்டர் பிரக்டிசனர் படிப்புகளுக்கு முன்பு எழுதப்பட்டது, 'மனதோடு ஒரு சிட்டிங்'. எனவே இதில் இருப்பவை எல்லாம் எனக்குத் தோன்றியவை மட்டுமே.

கிழக்கு பதிப்பகத்திற்காக வெளியிடுகிறபோது பிழை திருத்த வேண்டி, இந்தப் புத்தகத்தை மீண்டும் படிக்கவேண்டி வந்தது. மூன்று மணி நேரத்திற்குள்ளாகவே படித்து முடித்து விட்டேன். அதன்மூலம் புத்தகம் படிப்பதற்கு மிக எளிதாக இருக்கிறது என்பதை உணர்ந்தேன். மகிழ்ச்சியாக இருந்தது. உடன், இன்னும் எழுதாமல் வைத்திருக்கிற மனம் குறித்த சிந்தனைகளை விரைவில் எழுதி அடுத்த புத்தகமாகக் கொண்டுவரவேண்டும் என்கிற ஊக்கமும் வந்திருக்கிறது.

கிழக்கு பதிப்பகத்தின் உரிமையாளர் திரு. பத்ரி ஷேஷாத்திரி, ஆசிரியர் திரு. மருதன் மற்றும் வைதேகி மேடம் ஆகியோருக்கு என்னுடைய மனமார்ந்த நன்றிகள்.

21.5.2022   சோம. வள்ளியப்பன்

[1]

கூச்சலிடும் மனது

ஓர் அரசு நிறுவனத்தில் சக்தி வாய்ந்த பதவியில் இருந்த ஒரு நல்ல மனிதர் அவர். பொதுக்காரியங்களில் ஈடுபாடு கொண்டவர். பலருக்கும் தாராளமாக உதவியவர். பெரிய பின்புலம் இல்லாத பல மனிதர்களுக்கும்கூடத் தகுதி அடிப்படையில் வாய்ப்புகள் கொடுத்தவர். என்ன காரணமோ தெரியவில்லை. ஒரு முறை அவரைப்பற்றி ஒரு பத்திரிகையில் யாரோ மட்டமாக எழுதி விட்டார்கள். அவர் பெயரைப் போடவில்லையே தவிர, மற்றபடி அவர்கள் விவரித்த விதத்தில் அவர் இன்னார் என்று சுலபமாக யூகிக்கும்படி எழுதியிருந்தார்கள். அவர் பதவி உயர்வுகள் பெற சில கேவலமான வழிமுறைகளைப் பின்பற்றுகிறார் என்பதுதான் அவரைப் பற்றி எழுதியிருந்த விபரம்.

அவருக்கு 'வேண்டிய' ஒருவர், அவருக்கு போன் செய்து, 'உங்களைப் பற்றி இந்தப் பத்திரிகையில் என்னவோ போட்டிருக்கிறார்கள்' என்று சொல்லிவிட்டார். அவர் அந்தப் பத்திரிகையை உடனே தேடி வாங்கி, பதற்றத்துடன் படித்தார்.

படித்தவர் ஆடிப்போய்விட்டார். அலுவலகத்துக்கு விடுப்பு சொல்லிவிட்டு, வீட்டுக்குக் கிளம்பிப்போய், அறைக்குள் நுழைந்து கதவைத் தாழ் போட்டுகொண்டவர் வெகு நேரம் கதவைத் திறக்கவேயில்லை.

'என்னைப்பற்றி இப்படி எழுதிவிட்டார்களே, இனி என்ன செய்வது? மற்றவர்கள் முகத்தில் எப்படி விழிப்பது? இனி நான் என்ன செய்வேன்? நான் என்ன இப்படிப்பட்டவனா? இதெல்லாம் சரியில்லை பொய் என்று எப்படி என்னால் எல்லோருக்கும் நிரூபிக்க முடியும்? சமுதாயத்தில் இனி என் மதிப்பு என்ன ஆகும்? போச்சே! மதிப்பு மரியாதை எல்லாம் போச்சே; போச்சே!'

மணிக்கணக்காக அவர் மனது கிடந்து அரற்றியது. தூங்காமல் அதையே நினைத்து நினைத்து வருந்தியது. அதன்பிறகு அவரால் வேறு எதைப்பற்றியும் சிந்திக்க முடியவில்லை. மனிதர் தளர்ந்து போனார். இரண்டு நாட்களுக்குப் பிறகுதான் அவரால் அலுவலகம் போக முடிந்தது. அதுவும் மனைவியின் வற்புறுத்தலால்.

அலுவலகம் போய்விட்டாரே தவிர அவரால் அங்கே பழைய மாதிரி இயல்பாக இருக்கமுடியவில்லை. அதிகாரத்துடன் பேசமுடியவில்லை. அவரைப் பார்க்க வருகிற வெளி ஆட்களை மட்டுமல்ல, அவரது அலுவலக ஊழியர்களையே கூட சந்திப்பதைத் தவிர்த்தார். கூனிக் குறுகிப் போனார்.

அவரைப் பற்றி எழுதப்பட்டிருந்த அந்தச் செய்தித்தாளை எவருக்கும் தெரியாமல் தனியாக பல முறை படித்துப் பார்த்தார். மனது வெதும்பினார். அதன் தாக்கம் அவர் மனதில் பல மாதங்களுக்கு இருந்தது. போகவேயில்லை.

அவருடைய மன உளைச்சலுக்கு என்ன காரணம்? அவரை பற்றி வந்த தவறான, கேவலப்படுத்தும்விதமாக வெளியான செய்திதானே.

கேள்வி இதுதான். யாரோ சொல்லிவிட்டார்கள், பேசி விட்டார்கள், தன்னைப்பற்றித் தவறாக எதிலோ வந்துவிட்டது என்பதால் ஒருவர் இவ்வளவு மன உளைச்சல் அடைய வேண்டுமா என்ன?

சங்கடத்துக்கு காரணம், தன்னைப்பற்றி மற்றவர்கள் என்ன நினைப்பார்களோ என்கிற அவருடைய பயம் மற்றும்

பதைபதைப்புதான். அவருடைய அந்த நினைப்பு தான் அவ்வளவு வருத்தத்துக்கும் காரணம்.

அந்த நினைப்பு சரிதானா?

சில நேரங்களில் மனது செய்கிற மாயைகளில் இதுவும் ஒன்று. நடந்துவிட்ட செயல் உண்மைதான். அவரைப்பற்றி அவதூறாக எழுதிவிட்டார்கள். அது வெளிவந்துவிட்டது. அது நிச்சயம் நடந்ததுதான். அதில் சந்தேகம் இல்லை. மாற்றம் இல்லை. மாற்றவும் முடியாது.

ஆனால், நடந்த ஒன்றை அவர் எப்படி எடுத்துக்கொள்ளுகிறார் என்பது வேறு ஒன்று. நிகழ்ந்ததில் இருந்து முற்றிலும் வேறுபட்டது.

நடைபெற்ற செயலால் ஏற்படப்போகும் விளைவை மனது எடுத்துச் சொல்லும் விதத்தைப் பொறுத்துதான் எவருக்குமே அதன் தாக்கம் இருக்கும். ஒருவருடைய மனதுதான் நிகழ்வின் விளைவுகளை சம்பந்தப்பட்டவருக்கு எடுத்துச் சொல்லுகிறது.

எவரும் நடந்த செயலுக்காக வருத்தப்படுவதில்லை, அச்சப்படுவதில்லை. அந்த நிகழ்வால் ஏற்படப்போகும் விளைவை நினைத்துதான் கவலை உண்டாகிறது. நடந்தது வேறு, அதனைப்பற்றிய நினைப்பு வேறு.

பத்திரிகையில் அவரைப்பற்றி அவதூறாக வந்த செய்தியின் விளைவு விபரீதமாக இருக்கும் என்று அவர் மனது எடுத்துச் சொல்லியதால்தான் அவருக்கு அத்தனை வருத்தமும் பயமும் ஏற்பட்டது. அவ்வளவு சங்கடப்படும் அளவு, அப்படி பூதாகரமாக ஏற்படப்போகும் விளைவைப் பெரிதுபடுத்திக் காட்டியிருக்கிறது அவர் மனது.

என்னவோ அந்த செய்தித்தாளை உலகமே படித்துவிடுவது போலவும், படித்துவிட்டு இவரைப் பார்த்து, 'சீ... நீயெல்லாம் ஒரு மனிதனா?' என்று பார்க்கிற எல்லோரும் கேட்பது போலவும் ஒரு பிரமையை உண்டாக்கியிருக்கிறது. இப்படியாக அவர் மனதுக்குள் பெரும் கூச்சல், இரைச்சல், அமளி. அதனால் குழப்பம்.

மனது இப்படியெல்லாம் சொல்லுகிறதே; இப்படித்தான் நடக்கப்போகிறதா? உண்மையா? இப்படி நடக்கமுடியுமா? இப்படியா நடக்கும் என்றெல்லாம் அந்த நேரம் அவரது அறிவால்

அமைதியாக, தெளிவாக யோசிக்க முடியவில்லை. காரணம், மனது செய்த மாயம். மனது சொல்லுவதை அப்படியே ஏற்றுக்கொண்டு, மனிதர் வருத்தத்தில் ஆழ்ந்துபோய்விட்டார்.

அந்த பத்திரிகை என்ன உலகிலேயே அதிகம் விற்கும் பத்திரிகையா? அப்படியே கூடுதலாக விற்கும் பத்திரிகையாவே இருந்தாலும் அந்தச் செய்தி என்ன தலைப்பு செய்தியா? அந்தப் பத்திரிகையின் ஒரே செய்தியா அது? அந்த செய்தியைப் படிக்கிற ஒவ்வொருவருக்கும் அவரைத் தெரியுமா? படித்தாலும் என்ன சொல்லுகிறார்கள் என்று புரியுமா? புரிந்தாலும் நம்புவார்களா?

எதுவுமே இல்லை. ஆனால், அப்படி மனது கற்பனை செய்து கொள்ளும். அதுவாகவே பெரிதுபடுத்திக்கொள்ளும். இருப்பதை அதிகமாக்கிக் காட்டும். கம்ப்யூட்டரில் 150%, 200% 300% என்று பெரிதுபடுத்திப் பார்ப்பதைப் போல விஸ்தாரமாக்கும்.

தவிர, அந்தச் செய்தி என்ன சாசுவதமா? ஒருநாள் செய்திதானே! மக்களுக்கு அந்த ஒரு செய்தியை நினைப்பு வைத்துக்கொள்ளுவது தவிர வேறு வேலை இல்லையா? நாளாக நாளாக மறந்து போகாதா? செய்தியின் தாக்கம் எவ்வளவு நாளைக்கு?

ஆக, அப்படிப்பட்ட ஒரு செய்தி அவரை அவ்வளவு தூரம் கலங்கடித்திருக்கத் தேவையில்லை. ஆனாலும் கலங்கினார். அவர் மட்டுமில்லை. அப்படி ஏதும் நிகழ்ந்தால் நம்மில் பெரும்பாலானவர்கள் ஆடித்தான் போய்விடுவோம்.

பத்திரிகையில் அவதூறான செய்தி வந்தால் மட்டுமா இப்படிப்பட்ட வருத்தம் வரும்? இதே போன்ற சோர்வும் மன உளைச்சலும் சங்கடமும் எவருக்கும் வரலாம். நிகழ்வு வேறாக இருக்கலாம். நிகழ்த்துபவர் வேறாக இருக்கலாம்.

மனது தெரியாமல் செய்கிற தவறுகள் இரண்டு. முதலாவது, கிடைக்கிற தகவலை அப்படியே எடுத்துக்கொள்ளாமல், அதன் வீரியத்தை அதிகரித்துக்காட்டுவது. இரண்டாவது, தாக்கத்தின் அதன் கால அளவை நீட்டித்து முடிவில்லாதது போலக் காட்டுவது.

ஒரு தேர்வில் பெயில் ஆகிவிட்டால் என்ன? ஒரு தேர்தலில் வெற்றி தவறிப்போனால் என்ன? ஒரு வர்த்தகத்தில் நட்டம் ஏற்பட்டுவிட்டால் என்ன? ஒருவர் தவறாகப் பேசிவிட்டால் என்ன? ஒன்றை இழந்துவிட்டால்தான் என்ன? அந்த ஒன்றே

ஒன்றுகளால் பெரிய தாக்கம் இல்லை. ஆனால், அந்த நேரம் மனது, அந்த இழப்பை அவதூறை பிரம்மாண்டமாக்கும். பலமடங்கு அதிகரித்துப் பேசும். வாதிடும். மனக்குழப்பம், கவலை, வருத்தம் உண்டாக்கும்.

மனது விரித்துச் சொல்லும் விபரீதங்களை நினைத்து சிலர், மிகத் தீவிரமான முடிவுகள் கூட எடுத்துவிடுகிறார்கள். பிரச்னையில் இருந்து மட்டுமல்ல, வாழ்க்கையிலிருந்தே வெளியேறி தப்பித்துக்கொள்ளும் முயற்சிகளில் ஈடுபட்டுவிடுவார்கள்.

எல்லாமே தற்காலிகம். மனது பயமுறுத்துவதைவிட குறைந்த அளவு தாக்கம் தருபவையே எல்லாம் என்பதைச் சரியாகப் புரிந்துகொண்டுவிட்டால் போதும். வெற்றியாளர்கள் அப்படித்தான் சிந்திக்கிறார்கள். பயமுறுத்தும் மற்றவர்களை மட்டுமல்ல; அதைவிட முக்கியமாக தங்கள் மனதையே எதிர்த்து அவர்கள் கேள்விகள் கேட்கிறார்கள். அவர்களால் முடிகிறது. மற்றவர்களும் அவர்கள் மனதும் சொல்லுவதை அப்படியே அவர்கள் ஏற்றுக்கொள்வதில்லை. உடனே கவலையில் ஆழ்ந்துவிடுவதில்லை. மாறாக, உணர்வைக் குறைத்து அறிவை ஆட்சிப்பீடத்தில் ஏற்றுகிறார்கள். உண்மை நிலையை உணர்கிறார்கள். அமைதியாகி, செயலைத் தொடர்கிறார்கள்.

மனதின் கூச்சலை அடக்குவது, அநாவசிய விரிவாக்கத்தை எதிர்ப்பது, தடுப்பது. உண்மை நிலையை அமைதியாக சிந்திக்கத் தலைப்படுவது, மனதுக்குள் அமைதியைக் கொண்டுவருவது, தெளிவாகச் சிந்திப்பது, தேவையான அளவு மட்டும் யோசிப்பது.

இது சாத்தியம்தான்.

[2]
மனம் என்ற அறை

கோவிலுக்குப் போனேன். சாமிக்கு நீராட்டு. பால், தயிர், சந்தனம், பழங்கள், இளநீர், பன்னீர் இன்னும் பிற திரவியப் பொருட்களால் அபிஷேகம். பின்பு அலங்காரம். பட்டாடை, பூக்கள், மாலைகள். பின்பு ஊதுபத்தி, சாம்பிராணி, சூட ஆராதனைகள். கூடியிருந்த பக்தர் கூட்டம் பஜனை செய்தது. எல்லாம் நீயே, சர்வ வல்லமை பொருந்தியவனே என்றது. உன்னால் ஆகாதது ஏதும் இல்லை என்று புகழ் பாடியது. போற்றி போற்றி என்று போற்றியது.

வெளியில் வந்தேன். அரசியல் கட்சித் தலைவர் ஒருவரின் ஊர்வலம் வந்துகொண்டிருந்தது. தெருவின் இருபக்கத்திலும் மக்கள் வெள்ளம். ஊர்வலத்திலும் பெருங்கூட்டம். நடுவில் மேற்கூரை திறந்த வேனில் கையசைத்தபடி தலைவர். ஊர்வலத்தின் முகப்பில் தாரை தப்பட்டைகள் முழக்கம். தலைவர் வாழ்க; தலைவர் வாழ்க என கோஷம். எங்கே பார்த்தாலும் கட்சிக்கொடிகள், தலைவர் படம் போட்ட அட்டைகள். அவரைத் தலையில் தூக்கி வைத்துக் கொண்டாடாத குறைதான்.

போற்றல் புகழ்தல்களை எல்லாம் கேட்டு கடவுள் தன்னைப்பற்றி என்ன நினைத்துக்கொள்ளுவார் என்று தெரியவில்லை. ஆனால், போற்றப்படும் தலைவர் மனதில் கண்டிப்பாகப் பெருமிதம் பொங்கும். தன்னைப்பற்றிய உயர்வான எண்ணம் மேலிடும். மனது லேசாகி விண்ணில் பறக்கலாம். சந்தோஷத்தில் களிக்கலாம்.

இப்படிப்பட்ட, புகழப்படும், போற்றப்படும் வாய்ப்புகள் கிடைப்பது கடவுள்களுக்கும் தலைவர்களுக்கும் மட்டும்தானா? நம்மைப் போன்ற சாதாரண மனிதர்களுக்கு இல்லையா?

ஊர்வலத்தில் வந்துகொண்டிருந்த தொண்டர்களைப் பார்த்தேன். ஒரே கட்சியில் இருந்தாலும், ஒரு நிகழ்வில் கலந்து கொண்டிருந்தாலும் அவர்கள் அனைவரும் வெவ்வேறு வகையானவர்கள்தான். தலைவர் அளவுக்கு இல்லாவிட்டாலும் அவர்களுக்கும் புகழ்பாடல் உண்டு. கூட்டமாக இல்லா விட்டாலும் தனித்தனியானவர்கள், வெவ்வேறு சந்தர்ப்பங்களில் அவர்களையும் பாராட்டுகிறார்கள், புகழ்கிறார்கள். அப்படிப்பட்ட சந்தர்ப்பங்கள் சிலருக்கு அதிகம். வேறு சிலருக்கு குறைவு. ஆனால் அப்படி ஒன்று கிடைக்காதவர்கள் இல்லை.

- ரொம்ப அழகாக இருக்கீங்க. உங்க நடையே ஒரு மிடுக்கு.
- உங்க ஓவியமென்றல் எனக்கு கொள்ளை பிரியம்.
- நீங்க இன்னைக்கு ஆடின டான்ஸ் பிரமாதம்.
- நீங்க இப்படி விளையாடியிருக்காவிட்டால் நம்ம அணி தோத்திருக்கும்!
- குரலாம்மா உங்களுது! தேனேதான். இன்னைக்கெல்லாம் கேட்டுக்கிட்டே இருக்கலாம் போலருக்கு.
- பிரமாதமா செய்திருக்கப்பா. மேட்டர் அட்டகாசமா வந்திருக்கு.
- உங்களை எதிர்த்து ஒரு பய நிக்க முடியுமா? நீங்க யாரு உங்க வசதி என்ன? உங்க செல்வாக்கே தனிதான்.
- சார் உங்க சர்க்கிள் எவ்வளவு பெரிசுன்னு தெரியாதா சார்.
- நீங்கன்னா எங்களுக்கெல்லாம் உசிருப்பா.

எவருக்குத்தான் இப்படியெல்லாம் சொன்னால் பிடிக்காது? சந்தோஷம் வராது? எல்லா மனிதர்களுக்கும் ஒன்றுதான்.

இப்படியாக சொல்லப்படும் பாராட்டுகளை அவர்களுடைய மனது பிடித்து க்கொள்ளும். அது ஒலிப்பதிவாகவோ போட்டோ/ வீடியோ பதிவு போலவோகூட இருக்கலாம்.

செய்து கொண்ட பதிவை மனது என்ன செய்யும்?

சொல்லிய பாராட்டுகளை நினைத்துப் பார்க்கும். மீண்டும் மீண்டும் அவற்றைச் சுழலவிட்டுப் பார்க்கும்; எவர் சொன்னார் ஏன் சொன்னார் என்று எண்ணி மகிழும்; நினைத்துக் களிக்கும். பாராட்டியவர்களை அழைத்து, அதைப் பற்றியே மீண்டும் மீண்டும் கேட்க, பேச, விழையும். அந்த நினைப்பினைக் கைவிட மறுக்கும். அதனை இறுகப் பற்றிக்கொள்ளும். கரைய விடாமல் நெஞ்சில் நிறுத்திக்கொள்ள முயற்சி செய்யும். மொத்தத்தில் அந்த சுகத்தில் மூழ்கிக் கிடக்க, சந்தோஷத்தில் தொடர்ந்து திளைக்க விருப்பப்படும்.

திரும்பத் திரும்ப ஓடவிட்டுப் பார்ப்பது, ரசிப்பது, சிலாக்கிப்பது, இன்பம் அனுபவிப்பது எல்லாம் எந்த இடத்தில் நடக்கும்? இதெல்லாம் உடன் இருப்பவர்கள், மற்றவர்களுக்குத் தெரியுமா?

தெரியாது. காரணம், இவையெல்லாம் நடைபெறுவது மனிதர்களின் மனதுக்குள்ளே. மனது ஓர் அறை. உருவமற்ற, ஆனால் ஒவ்வொருவருக்குள்ளும் நிச்சயமாக இருக்கும் அறை.

சிலரது அறைகள் சிறியன. வேறு சிலருடையவை பெரியவை. சிலருடைய அறைகள் வெளிச்சமாக விசாலமாக, சுத்தமாக இருக்கலாம். வேறு சிலரது அறைகள் கலைந்துபோய், குப்பையாகப் போதிய வெளிச்ச மின்றியும் இருக்கலாம். இன்னும் சிலருடைய அறைகள் கும்மிருட்டாகக்கூட இருக்கலாம். உள்ளே நடந்தால் அவர்களே பல இடங்களில் தடுமாற வேண்டியிருக்கும். பொருட்கள் கலைந்து கிடக்கும். குப்பைகள் குவிந்திருக்கும்.

மனிதர்களுக்கு இடையே அவர்களின் மன அறைகளின் உயரங்களிலும் வேறுபாடுகள் உண்டு. சிலருடைய அறைகளின் மேற்கூரை நல்ல உயரத்தில் இருக்கும். உயரம் குறைவான அறைகளை உடையவர்களும் உண்டு.

அறையில் சுவர்கள் இல்லாமலா? அவற்றிலும் ஆளுக்கு ஆள் வேறுபாடு உண்டு. சுத்தமான சுவர்கள், காரை பெயர்ந்த சுவர்கள், அழுக்கான சுவர்கள், வழுவழுப்பான வெள்ளைச் சுவர்கள் என்று.

சிலருடைய மன அறைகளின் சுவர்களில் பல இடங்களில் ஆணிகள் அடிக்கப்பட்டிருக்கும். ஆணிகளில் பழைய படங்கள், கேலண்டர்கள், அழுக்கு சட்டைகள், துவைக்காத மஞ்சள் பைகள் போன்ற பலவும் மாட்டியிருக்கும்.

வெளி உலகம் வேறு, இந்த அறைகள் வேறு. இது தனி என்றால் மிகவும் தனியான, யாரும் நுழைந்து பார்க்க முடியாத, எவருக்கும் அனுமதி கிடைக்காத ரகசிய, மிகவும் அந்தரங்கமான அறை. அப்படிப்பட்ட அறையின் உரிமையாளர் ஒருவர்தான். அவர் அந்த உடம்புக்குச் சொந்தக்காரர். இதில் எவருக்கும் பங்கு கிடையாது. எவ்வளவு நெருக்கமானவராக இருந்தாலும்.

இங்கேதான் எண்ணங்கள் உருவாக்கின்றன. இங்கேதான் சிந்தனை பிறக்கிறது. இங்கேதான் செய்வோமா வேண்டாமா? சொல்வதா கூடாதா? இவ்வளவா அவ்வளவா? இப்போதா பிறகா? உண்டா இல்லையா? என்றெல்லாம் ஒருவருக்குள் நடக்கும் வாக்குவாதங்கள், கருத்து மோதல்கள் நடை பெறுகின்றன.

நம் அறைக்கு நாம்தான் உரிமையாளர். நாம்தான் அதன் மீது முழு கண்ட்ரோல் உள்ள மாஸ்டர். நாம் சொல்லுகிறபடிதான் அங்கே எதுவுமே நடக்கும். எந்த உறவு பற்றியும் எந்த நிகழ்வு பற்றியும் நாம் முன்னோட்டம் பார்ப்பதும், முடிந்து போன பிறகு மறு ஓட்டம் (ரீப்ளே) செய்துபார்ப்பதும் இங்கேதான்.

இங்கே நடப்பது எவருக்கும் தெரியாது. கடுப்பது காட்டும் முகம் என்று வள்ளுவர் சொன்னாலும், மனம் கடுப்பதைக் காட்டாமல் மறைக்கிற சாமர்த்தியமும் நம்மில் பலருக்கும் உண்டு. கணவன் மனைவி, பிள்ளைகள், பெற்றோர், நட்பு, தலைவர், காதலி, ஆசிரியர், அதிகாரி, தண்டல்காரர் என்று எவருக்கும் தெரியாது. இங்கே நடப்பதைச் (நினைப்பதைச்) சொல்லாமல், வெளியிடாமல் மறைக்க முடியும். இங்கே இந்த அறையில்தான் எல்லாம் நடக்கின்றன. எவருக்கும் தெரியாமல், உள்ளே அழுவது என்றால் இங்கேதான். மனதுக்குள் கெக்கலிப்பதும் இங்கேதான். தவறாக நினைப்பதும் உயர்வாக எண்ணுவதும் இங்கேதான்.

இங்கே ஏற்படும் நினைப்புகளே நாம். இவையே சந்தோஷம் தருபவை. வருத்தமூட்டுபவை. இவைதான் ஊக்கத்துக்கும், சோர்ந்து போதலுக்கும், வீறுகொண்டு எழுவதற்கும், நொந்துப் போவதற்கும் காரணம்.

முன்பு நாம் பார்த்த பெரிய மனிதர், மற்றவர்களுக்கு உதவிகள் செய்பவர்; எவரோ அவரைப்பற்றி பத்திரிகையில் அவதூறாக எழுதிவிட்டதற்காக பல நாட்களுக்கு மனம் வெதும்பினார். அவர் கவனித்தது, மனது போட்ட கூச்சலை. அவருடைய மனஅறையில் அந்த ஒருவரின் குற்றச்சாட்டு சப்தம் பன்மடங்காகக் கேட்டிருக்கிறது. எல்லா சுவர்களிலும் மோதி மோதி, பயங்கரமாக எதிரொலித்திருக்கிறது. எல்லாம் அதுவாகிபோனது மாதிரியாகி, அந்த மனிதர் கவலையில் தோய்ந்தார். அதனால் துவண்டார்.

'உன்னைப் பழித்துவிட்டார்கள். தவறாகச் சொல்லிவிட்டார்கள். எல்லோரும் அதைத் தெரிந்துகொண்டுவிட்டார்கள். போச்சு போச்சு... எல்லாம் கேவலமாகிப் போச்சு' என்ற கூச்சல். எல்லாம் அதுவாகிபோனது போன்ற தோற்றம். அது, மனது ஏற்படுத்தும் ஒரு விதமான மாயை.

ஒருவர் ஒருமுறை பாராட்டிவிட்டார்தான். அதற்காக? அவர் தெரிந்து உணர்ந்து உண்மையாகச் சொல்லியிருக்கலாம். இல்லாமலும் இருக்கலாம். போகிற போக்கில் ஏதோ ஒன்று சொல்லவேண்டுமே என்பதற்காக அல்லது நம்மிடம் அவர்களுக்கு ஏதோ காரியம் காரியம் ஆகவேண்டுமே என்பதற்காக, அல்லது வெற்று சம்பிரதாயத்துக்காகச் செய்திருக்கலாம். காரணம் எதுவாகவும் இருக்கலாம். ஆனால் அதனை 'இரையை தூக்கிக்கொண்டு போய் தனியிடத்தில் வைத்து ரசித்து சாப்பிடும் விலங்குகளைப்போல், ஏன் மனஅறைக்குள் ஓடவிட்டு ஓடவிட்டுப் பார்க்கவேண்டும்? இதுவும் கூட ஒருவித தானாக காணும் இன்பம் தானோ.

மனது செய்யச்சொல்லும். பெருமிதப்படும். ஆனந்தப்படும். தன்னை மற்றவர்கள் புகழ்வதை வெட்கமின்றி கேட்டுக்கேட்டுக் களிக்கும்.

நீட்டலும் மழித்தலும் வேண்டா உலகு என்று வள்ளுவன் சொன்னது இதையும் சேர்த்துத்தானோ! எவர் சொன்னதாலும் எப்படி நாம் தாழ்ந்துவிடமாட்டோமோ, அதேபோல எவர் புகழ்ச்சியாலும் நாம் கூடுதலாக உயர்ந்துவிடவும் முடியாது. நாம் யாரோ அதுதான் நாம். பூதக்கண்ணாடி வைத்து விரிவாக்கமும் செய்யவேண்டாம், அதனையே திருப்பி வைத்து சிறிதாக்கியும் பார்க்க வேண்டாம்.

உள்ளது உள்ளபடி. ஓரளவுக்கு மதிப்பு. ஒரு நேரம் ரசிப்பு. போதும். மூடி வைத்துவிடலாம். வேண்டுமானால் கோப்புகளில் வைத்துக்கொண்டுவிடலாம். போதும். செய்யவேண்டியவை நிறைய இருக்கின்றன. நகர்தல் அவசியம். சுடு சொல்லும், பாராட்டும் எல்லாமே எவரோ தெரிந்தோ தெரியாமலோ பல காரணங்களுக்காகச் சொல்லுபவை. அவ்வளவுதான். அதற்கு மேல் அதற்கு என்ன மதிப்பு?

மதிப்பைக் கூட்டுவதும் குறைப்பதும் நம் மனது. அதை, அதன் போக்கில் விடவேண்டாம். கட்டுப்படுத்தலாம். கட்டுப் படுத்தத்தான் வேண்டும்.

பக்குவப்படுதல் என்பது இதைத்தான்.

[3]
மனம் என்ற கூடை

நம்மிடம் சில கைக்குட்டைகள் இருக்கின்றன. அவற்றில் சில சிவப்பு நிறத்திலானவை. வேறு சில பச்சை நிறத்திலானவை. அவை எல்லாவற்றையும் ஒரு கூடைக்குள் போடுகிறோம். கூடையை மூடிவிடுகிறோம்.

வேறு ஒரு நேரம், கூடைக்குள் கையை விடுகிறோம். அதிகம் தேடாமல் சடாரென்று ஒரு கைக்குட்டையை எடுக்கிறோம். நாம் எடுக்கிற கைகுட்டை பச்சை நிறமாக இருக்கவேண்டும் என்று விரும்புகிறோம். வெளியே எடுக்கப்படுவது கண்டிப்பாகப் பச்சை நிறக் கைக்குட்டையாக இருக்குமா?

இருக்கலாம். இல்லாமலும் போகலாம்... பச்சைக்குப் பதில் சிவப்பு நிறமான கைக்குட்டையும் வெளிவரலாம்.

ஏன் விரும்புகிற நிறத்தில் இருப்பதை எடுக்க முடியவில்லை?

உள்ளே இரண்டுவிதமானவையும் இருக்கிறதே! அவசரமாக, பார்க்காமல், தேடாமல் எடுத்தால், அந்த இரண்டு விதங்களில்

எதுவேண்டுமானாலும் வரும். நிகழும் வாய்ப்பு என்பது அதுதான்.

விரும்புகிற நிற கைக்குட்டையினை எடுக்க வழி ஏதும் இருக்கிறதா?

இருக்கிறது. எடுக்கும் போது கவனமாக பார்த்து, துழாவி, தேர்ந்து எடுத்தால் அப்படி வேண்டிய நிறத்தில் எடுக்கலாம்.

அப்படி எடுப்பதற்கு போதிய நேரமும், அதற்கான திறமையும் இல்லாவிட்டால் என்ன ஆகும்?

சிவப்பு நிறம் வருவதைத் தவிர்க்க முடியாது.

அவசரமாக, எப்போது எடுத்தாலும் விரும்புகிற நிறத்திலானதே வரும்வகையில் செய்ய உறுதியான வழி என்ன?

உள்ளே எது அதிகமாக இருக்கிறதோ, அது வெளிவரும் வாய்ப்புதான் அதிகம். அதனால், உள்ளே அதிக அளவிலான பச்சை நிறக் கைகுட்டைகளைப் போட்டுவைப்பது ஒரு வழி. ஆனால், அதிலும் உறுதியாக பச்சைதான் எப்போதும் வரும் என்று சொல்லமுடியாது. சில சமயங்களில் சிவப்பு நிறமும் வரலாம்.

சிவப்பு வரவே கூடாது என்றால் என்ன செய்வது?

அதற்கு ஒரே ஒரு நிச்சய வழி இருக்கிறது. அது, உள்ளே போடுவது எல்லாமே விரும்பும் நிறமாகவே போடுவதுதான். ஆமாம். கூடைக்குள் எப்போதுமே பச்சை நிறக் கைக் குட்டைகளை மட்டுமே போட்டால், எப்போது, என்ன அவசரத்தில் எடுத்தாலும், ஏன் கண்ணை மூடிக்கொண்டு எடுத்தாலும்கூட பச்சை நிறக் கைகுட்டைதான் வெளியில் வரும்.

மனம்தான் கூடை. விரும்பத் தக்கவை எல்லாம் பச்சை நிறக் கைகுட்டைகள். விரும்பத்தாகதவை, மற்றவர்களால் எற்றுக் கொள்ளப்படாதவை எல்லாம் சிவப்பு நிறக் கைகுட்டைகள். கையைவிட்டு எடுப்பது என்பது, நமது பேச்சுக்கள். பதில்கள், மறுமொழிகள் – 'பேச்சில் தவறான வார்த்தை வந்துவிட்டது... வாய் தவறி சொல்லிவிட்டேன்... ஒரு வார்த்தை தப்பாக போய்விட்டது... என்ன என்று தெரியவில்லை, திடீரென அப்படிப் பேசிவிட்டேன்...' அதெப்படி தெரியாமல் வரும்? உள்ளே இருப்பதுதானே வரமுடியும். அப்படிப்பட்ட கருத்து, அபிப்பிராயம் உள்ளே இல்லாமலா பேச்சில் வந்திருக்கிறது!

சட்டியில் இருப்பதுதான் அகப்பையில் வரும். மனமென்ற சட்டியில் எதைப் போடுகிறோமோ அதுதான் உள்ளே கிடக்கும். எடுக்கும்போது வெளியில் வரும்.

சரிதான். அப்படி ஒரு எண்ணம் இருந்ததுதான். ஆனாலும் எத்தனையோ முறை சமாளித்து நயமாகத்தானே பேசியிருக்கிறேன். நான் மட்டுமா? எல்லாரும் அப்படித்தானே. இங்கிதமாகப் பேசுவது, இணக்கமாகப் பேசுவது எல்லாமே நூறு சதவிகிதம் உண்மையாகப் பேசுவதுதான் என்று சொல்ல முடியுமா என்ன? உள்ளே வருத்தங்கள், கோபதாபங்கள் இருந்தாலும், உறவுகள், தேவைகள் கருதி வெளியில் நன்றாகத்தானே பேசிக்கொள்ள வேண்டியிருக்கிறது!

உண்மைதான். யார் இல்லை என்றது? நயத்தக்க நாகரீகம் வேண்டுபவர் பெயக்கண்டும் விஷத்தையே சாப்பிடுவார்கள் என்று வள்ளுவரும் சொல்லுகிறார்தான். ஆனாலும் 'எல்லா நேரங்களிலும் வருத்தங்களை மறைத்து ஒளித்து அலங்காரமாகப் பேசமுடியாது. எல்லோராலும் முடியாது. முடிந்தாலும் எல்லா நேரமும் முடியாது. தடித்த வார்த்தைகள் சில நேரங்களில் வந்துவிடும். அதனைத் தவிர்க்க ஏகப்பட்ட கவனமும் முன்னேற் பாடும் தேவை. எடுக்கும்போது, பார்த்து, வேண்டாததையும் சிரமம் கொடுக்கக்கூடியதையும் தவிர்த்து, நல்ல சொற்களாகத் தேடி எடுத்துக்கொடுக்கவேண்டும். சடுதியில் பதிலிருக்க, அநிச்சையாக மறுமொழிகொடுக்க வேண்டியிருக்கும்போது அப்படிச் செய்யமுடியாமல் போகலாம். உள்ளொன்று வைத்துப் புறமொன்று பேசுவார் உறவினை வள்ளலார் வேண்டாம் என்கிறார்.

அதைவிட சுலபமான வழி, ஒரே நிறத்தாலான (நல்லெண்ணம்மிக்க) கைக்குட்டைகளை மனக்கூடையில் போடுவது. அப்படிச் செய்ய, எப்போது வேண்டுமானாலும், அதிக முயற்சி மற்றும் எச்சரிக்கை இன்றி தாராளமாகப் பேசமுடியும். காரணம், உள்ளே இருப்பது அனைத்துமே நல்ல எண்ணங்கள். தவறியும் சுடு சொற்களோ வன்மமோ வேறு எதுவுமோ வரமுடியாது.

வார்த்தைகள் மட்டுமல்ல. செயல்களும் நடவடிக்கைகளும் அப்படியேதான். மனம் சொல்கிறபடியே நடக்கும். நகர்ந்து நிற்கும், வளையும், குனியும், மரியாதை காட்டும், வணங்கும், வாழ்த்தும், வரவேற்கும், வந்தனம் செய்யும். எல்லாம் உள்ளிருப்பவை போலவே.

உள்ளிருப்பனவை எவரோ கொண்டுபோட்டது அல்ல. நாம் போட்டது, போடுவது. வைப்பது. அடுக்குவது.

அவர் நல்லவர்தான். வேண்டும் என்று செய்திருக்கமாட்டார்.

அவருக்கு தாராள மனசு. அவர் என் நன்மைக்குத்தான் சொல்லுகிறார். அது நன்றாகவே இருக்கிறது சிலர் சின்ன சின்ன காதிதங்களில் இப்படி எல்லாம் எழுதி, மனம் என்ற கூடைக்குள் எண்ணங்களாக போட்டுவைக்கிறவர்கள், வேறு சிலர், இதற்கு நேர் மாறாக எழுதிப் போட்டு வைத்துக்கொள்ளுகிறார்கள்.

சீட்டுக்களில் இருப்பது போலதான் நடக்க முடியும். எண்ணம் போல வாழ்க்கை என்பது ஆயிரக்கணக்கான ஆண்டுகள் வாழ்ந்த நம் இனம் சொல்லுகிற பழுத்த அனுபவ மொழி.

எண்ணங்களே வித்து. எண்ணங்களே கோலத்திற்கான புள்ளிகள். எண்ணங்களே கட்டுமானக் கற்கள். எண்ணங்களே மென் பொருள். எண்ணங்களே எல்லாம். அது தாராளம் காட்டச் சொல்லும். தவிக்க விடும். இழுக்கும், தள்ளும். அதுவே நம்மை வழி நடத்தும். அதுவே முன்னெடுத்துச் செல்லும். அதுவாய் உருவாவது போலிருக்கும். ஆனாலும் அதனை உருவாக்குபவர், சமைப்பவர் நாம்தான்.

[4]
மனம் என்ற தராசு

அவரை நான் முதன் முதலாக பார்த்தபோது எனக்குத் தோன்றியது. 'அட! மனிதர், என்ன ஒரு உயரம்!'

உடன் தோன்றிய அடுத்த எண்ணம், 'ஒருக்கால் இவர் விளையாட்டு வீரராக, அதிலும் குறிப்பாக கூடைப்பந்து வீரராக இருப்பாரோ!'

தொடர்ந்து வந்த மற்றொரு எண்ணம், 'ஆளைப் பார்த்தால் அலுவலகம் ஒன்றில் உயர் பதவியில் இருக்கும் அதிகாரி போல் அல்லவா மிடுக்காகத் தெரிகிறார்!'

பின்னமேயே துரத்திக்கொண்டு வந்தது அடுத்த நினைப்பு. 'முகத்தில் புன்னகை மாறாமல் இருக்கிறாரே, ஒருகால் இவர் விற்பனைப் பிரிவைச் சேர்ந்தவரோ!'

நெருங்கி வந்த மனிதர், விழைந்து கை நீட்ட, நானும் கை நீட்டுகிறேன். பற்றிக் குலுக்குகிறார். அடுத்து தலைநீட்டிய எண்ணம், 'மனிதர் இவ்வளவு உறுதியாக கைகொடுக்கிறாரே, இவர் போலீஸ் துறையைச் சேர்ந்தவரோ!'

எல்லாம் சந்தித்த முதல் 15, 20 வினாடிகளுக்குள் தோன்றியவை.

ஒருவருக்கு எவ்வளவு எண்ணங்கள் வருகின்றன, அவை சோப்புக் கரைசலில் ஊதினால் கிளம்புகிற குமிழிகளைப் போல எவ்வளவு வேகமாகத் தோன்றுகின்றன என்பன பற்றியெல்லாம் முன்பே பார்த்து வியந்தாயிற்று. இந்த சிந்தனை அதிலிருந்து வேறுபட்டது.

இது வருகிற எண்ணங்களின் தன்மை பற்றியும் யோசிக்க வேண்டியிருக்கிறதே. எவரையோ எதையோ பார்த்த உடன் எடை போடுகிற மனித இயல்பு பற்றியது. எதையும் தன்னோடு தனக்கு தெரிந்தனவற்றோடு, தன்னிடம் இருப்பவற்றோடு ஒப்பிட்டுப் பார்க்கும் குணம் பற்றியது. அதனால் ஏற்படும் விளைவுகள் தொடர்பானது.

வந்தவர் யார்? எப்படிப்பட்டவர்? அவர் நல்லவரா கெட்டவரா? திறைமைசாலியா, இல்லையா? எனக்கு நன்மை செய்வாரா? மாட்டாரா? எந்த அளவு பலன் கொடுப்பார்? பயந்தவரா அல்லது மிரட்டக்கூடியவரா? எவ்வளவு மேலானவர்? அவர் அடைந்திருக்கும் வெற்றிகள் எவ்வளவு? அவர் என்ன நோக்கத்துடன் வந்திருப்பார்?

ஒரு பப்ளிக் பிராசிக்கியூட்டரைப் போல, தொடர்ந்து விசாரணை செய்யும் மனது.

மனிதர்களைச் சந்திக்கும் போது மட்டும்தான் என்றில்லை. குறிப்பிட்ட நேரங்கள் இடங்களில்தான் என்றில்லை. எங்கேயும், எப்போதும், எல்லார் இடத்திலும். கையில் தராசுடனே சுற்றுகின்றதோ நம் மனம் என்கிற சந்தேகம் வருகிறது!

எடைபோட்ட பின் கிடைக்கும் விடையை என்ன செய்ய? எவ்வளவு சந்தோஷமாய் இருக்கிறோம். எவ்வளவு வருத்தப்படுகிறோம் என்பதெல்லாம் எடைபோடுதல்களின் விளைவுதான்.

ஒருவிதத்தில் ஒன்றைச் சரியாகப் புரிந்துகொள்ள இது உதவும்தான். ஆனால் இதுவே வழக்கமானால், அதிகமானால் தொந்திரவுதான்.

இயல்பாக, புது இயக்குனர் எடுத்திருக்கும் திரைப்படத்தை எந்தவித எதிர்பார்ப்பும் இல்லாமல் பார்ப்பதுபோலப் பார்க்கவும் பழகவும் செய்யலாம். எல்லா இடங்களிலும் எடை போட்டுக்கொண்டிருக்க வேண்டாம்.

நம் எடை தவறானால்? ஒரு குறிப்பிட்டவிதமாக யோசிக்க ஆரம்பித்தால், மனம் அந்த திசையிலேயே இட்டுச் செல்லும். அதனால் தொடக்கத்தில் ஜீரோ பவர் கண்ணாடி மூலமே பார்க்கலாம். வெற்று வெள்ளைக் கண்ணாடி இருப்பவற்றை இருக்கிற மாதிரி பார்க்க உதவும்.

[5]
மனது என்ற முதலாளி

ஒரு பூங்கா. காலை நேரம். பலரும் கல் பதித்திருத்த சுற்றுவட்டப்பாதையில் நடைப்பயிற்சி செய்துகொண்டிருக்க, ஒரு தாத்தாவும் பேரனும் நடுவில் இருந்த புல்வெளியில் நின்றுகொண்டிருக்கிறார்கள்.

தாத்தா எதைப் பற்றியோ தீவிரமாக யோசித்துக் கொண்டிருக்கிறார். அவர் பார்வை தூரத்தில், எதன் மீதோ பதிந்திருக்கிறது. பேரன் அவனுக்கு எட்டிய உயரத்தில் இருந்த தாத்தாவின் வயிற்றைத் தட்டித் தட்டி, தாத்தா தாத்தா என்று அழைத்து, சற்று தூரத்தில் எவராலோ அழைத்துச் செல்லப்பட்டுக் கொண்டிருந்த ஒரு குட்டி நாயைச் சுட்டிக்காட்டி 'அங்கே போகலாம் தாத்தா' என்கிறான்.

தாத்தா அவன் பக்கம் திரும்பவில்லை. பேரனின் கை சுட்டிக் காட்டிக்கொண்டிருந்த நாயையும் அவர் பார்க்கவில்லை. ஆனாலும் 'போகலாண்டா... போகலாண்டா... இதோ...' என்று கவனமின்றி பதில் சொல்லுகிறார்.

தாத்தா போகலாண்டா என்று சொன்னதை பேரன் கவனித்ததாகத் தெரியவில்லை. அவன் கை தொடர்ந்து தாத்தாவை தொட்டு அழைக் கிறது. அவன் வாய் தொடர்ந்து தாத்தாவை வா அங்கே போகலாம் என்று கூப்பிடுகிறது. அவன் கண்கள் தொடர்ந்து தூரத்தில் போய்க்கொண்டிருந்த நாய்க்குட்டியின் மீதே இருந்தது. குட்டியாக, அழகாக, புசுபுசுவென்றிருந்த அந்த நாயைப் பற்றித்தான் அவன் எண்ணமெல்லாம்.

பேரன், தாத்தாவைத் தொட்டு அழைக்கிறான்; அவர் சொல்லும் பதில் அவன் காதில் விழுகிறது. ஆனால், அவன் மனம் தூரத்தில் நடந்துபோய்கொண்டிருந்த நாயின் மீது. பேரன் தன்னை தொட்டு அழைப்பதை தாத்தா உணருகிறார். அவனுக்கு ஏதோ பதில் சொல்லுகிறார். ஆனால் அவர் கவனம் பேரன் மீதோ அவன் சுட்டிக் காட்டுகிற நாயின் மீதோ இல்லை. அவர் மனம் வேறு ஏதோ ஒன்றைப் பற்றித் தீவிரமாக யோசித்துக்கொண்டிருக்கிறது.

உடம்பு முழுவதும் பல்வேறு உறுப்புகள் இருக்கின்றன. கருவிகளாகச் செயல்படுகின்றன. கண், காது, மூக்கு, வாய் மற்றும் தோல். இவை அனைத்தும் வெளியில் நடப்பவற்றைப் பற்றி மூளைக்குச் சொல்லும் கருவிகள்.

என்ன நடக்கிறது என்பதை கண்கள் என்ற கேமரா படம் எடுத்து மூளைக்கு அனுப்ப, காது என்ற மைக் சப்தங்களை உள்வாங்கி மூளைக்கு அனுப்ப, மூக்கு வாசனை பற்றிய தகவல்களையும், வாய் சுவைகளையும், தோல் வெப்ப மாறுதல்கள் உட்பட எல்லா தொடு உணர்வுகளையும் மூளைக்கு எடுத்துச் செல்கின்றன.

இப்படியாக பல்வேறு தகவல்கள், விழித்திருக்கும் ஒவ்வொரு நொடியும் வெள்ளமென மூளைக்குள் வந்து கொட்டப் படுகின்றன. தரப்படுகிற எல்லாவற்றையும் மூளை வாங்கும். வாங்கி அதன் எஜமானின் பார்வைக்கு அனுப்பும்.

மூளைக்கு யார் எஜமான்?

வேறு யார்! மனம்தான். அவர்தான் முதலாளி.

வேலையாட்களிடம் இருந்து மூளை என்ற செயலாளர் பெற்று அனுப்புகிற பலவேறு தகவல்களில் முதலாளி எதைப் பார்ப்பார்?

எதை வேண்டுமானாலும் பார்ப்பார். அவருக்கு எது விருப்பமோ அதை மேலோட்டமாக புரட்டுவார், அல்லது ஆழ்ந்து படிப்பார்.

ஒன்றுக்கு மேற்பட்டவற்றைக்கூட அவர் ஒரே நேரம் பார்க்கலாம். அல்லது மூளை என்ற செயலாளர் கொண்டுவந்து வைத்த எதையும் பார்க்காமல், வேறு எதோ ஒன்றையும் அவர் பார்க்கலாம். அல்லது எதையுமே பார்க்காமல் அவர் விடலாம். எல்லாம் அவர் விருப்பம்.

ஆக, கண் எதிரே நடப்பதை எல்லாம் கண்ணைத் திறந்து வைத்திருக்கிற எல்லோரும் கவனிகிறார்கள் என்று சொல்ல முடியாது. கண்ணில்படுவது வேறு. நடப்பதைக் கவனிப்பது வேறு. கவனம் என்பது முழுக்க முழுக்க மனம் செய்கிற வேலை.

தாத்தாவை பேரன் தொட்டுத்தொட்டு அழைக்கிறான். தாத்தாவின் மூளைக்கு அந்தத் தகவல் அவரது உடம்பால் தெரிவிக்கப் படுகிறது. 'அங்கே பாருங்க. அங்கே போகலாம்' என்றெல்லாம் பேரன் சத்தமாகச் சொல்லுவது தாத்தாவின் காதுகளில் விழாமல் இல்லை. அந்தத் தகவலும் அவரது மூளைக்குப் போகிறது. ஆனால், அவரது மனம் ஈடுபட்டிருப்பதோ வேறு ஏதோ ஒன்றில்.

அலுவலகம் ஒன்றில் தலைமை நிர்வாகியும் ஏனைய அதிகாரிகளும் கான்ஃபிரன்ஸ் அறைக்குள் கூடி எதையோ முக்கியமாக விவாதித்துக்கொண்டிருக்கிறார்கள். காலை மணி பதினொன்று. ஊழியர் ஒருவர் அந்த அலுவலகத்துக்குள் வேகமாக நுழைகிறார். தலைமை நிர்வாகியை உடனடியாகப் பார்க்க வேண்டும்; அவசரம் என்கிறார்.

தலைமை நிர்வாகியின் செயலாளர் மறுத்துவிடுகிறார். 'முதலாளி சிலருடன் முக்கியமான விஷயம் ஒன்றைப் பேசிக் கொண்டிருக்கிறார். இப்போது அவரைத் தொந்தரவு செய்ய முடியாது'. நேரம் போகிறது. கான்ஃபிரன்ஸ் அறைக்கதவு தொடர்ந்து மூடியே இருக்கிறது. ஊழியர் மீண்டும் கேட்க, செயலளாரிடம் இருந்து அதே பதில், 'முக்கியமான விஷயமாக உள்ளே பேசிக்கொண்டிருக்கிறார்கள். இடையில் குறுக்கிட வேண்டாம் என்று தலைமை நிர்வாகி என்னிடம் தெளிவாகச் சொல்லியிருக்கிறார்'.

ஊழியர் கொண்டு வந்த செய்தி தலைமை நிர்வாகிக்குத் தெரிவிக்கப்படவில்லை. கூட்டம் முடிந்து மதியம் மூன்று மணிக்குத்தான் எல்லாரும் வெளியே வருகிறார்கள். செய்தி கொண்டுவந்திருந்த ஊழியர் தலைமை நிர்வாகியை அணுகி, தகவலைச் சொல்லுகிறார்.

அதிர்ந்துபோகிறார் தலைமை நிர்வாகி.

'என்ன இது! காலையிலேயே நடந்திருக்கிறது! எனக்கு இப்போதுதான் தெரிவிக்கிறீர்கள்! நான்கு மணிநேரமாக என்ன செய்துகொண்டிருந்தீர்கள்?'

'அவசரம் என்றுதான் சொல்ல ஓடிவந்தேன் அய்யா. ஆனால் உள்ளே முக்கியமான கூட்டம் நடக்கிறது என்றும் உங்களைத் தொந்தரவு செய்யக்கூடாது என்று நீங்கள் சொல்லியிருப்பதால்.. செயலாளர் என்னை தகவல் தெரிவிக்க அனுமதிக்கவில்லை.'

இப்படித்தான் ஊழியர் கொண்டுவந்த முக்கியமான செய்தியைப் போன்ற பலவும் நம் கண்கள் முன்பாகவே நடந்தாலும், அந்தத் தலைமை நிர்வாகியைப் போல, நம் மனமும் வேறு ஏதோ ஒன்றில் மூழ்கிவிட்டு, முக்கியமானதைச் சரியான நேரத்தில் தெரிந்துகொள்ளத் தவறிவிடுகிறது.

பேரன் தொட்டுத் தொட்டு அழைக்கிறான். தாத்தா உணருகிறார். காதில் வாங்குகிறார். ஆனால் கவனிக்கவில்லை.

குடும்பத்தினர், ஊழியர்கள், அக்கம் பக்கம், நண்பர்கள், மேலதிகாரிகள், வாடிக்கையாளர்கள், வியாபார வாய்ப்புக் கொடுப்பவர்கள் என்று எவ்வளவோ பேர் நமக்கு அனுப்புகிற செய்திகளை நாம் கவனிக்கத் தவறிவிடுகிறோம். பின்னால் வருத்தப்படுகிறோம்.

தங்கள் பிரச்னைகளை, வருத்தங்களை, ஆசைகளை, எதிர் பார்ப்புகளை, எரிச்சலை, ஏமாற்றங்களை, அச்சங்களை பலரும் நம்மிடம் பல்வேறு விதங்களாகச் சொல்லுகிறார்கள்.

சொல்லும்போது கேட்கிறோம். ஆனால் கேட்கவில்லை. பார்கிறோம். ஆனால் பார்க்கவில்லை. ஆமாம். கண்ணில் படுவதெல்லாம் பார்த்ததாகிவிடாது. காதில் விழுவதெல்லாம் கேட்டதாகிவிடாது. மனதைச் செலுத்திப் பார்க்க, கேட்க, உணர வேண்டும்.

மொத்தத்தில் நாம்தான் முயன்று, உள்ளுக்கும் வெளிக்குமான தொடர்பை உறுதி செய்யவேண்டும்.

[6]
மனதுக்குள் ஒட்டப்படும் போஸ்டர்கள்

சில ஆண்டுகளுக்கு முன்பு திருச்சி பெல் நிறுவனத்தில் பணியாற்றியபோது, முதன்முதலாக நான் ஏற்பாடு செய்திருந்த ஒரு தொழிலாளர் கல்வி நிகழ்ச்சியில் கலந்துகொண்டபோது நிகழ்ந்தது இது என்று நினைக்கிறேன். ஆண்டு 1991.

தொழிலாளர் கல்வி வகுப்பைத் துவக்கிவைத்து வாழ்த்திப் பேச வந்திருந்த அதிகாரிகள் பலரும் மேடையில் அமர்ந்திருக்கிறார்கள். தொழிலாளர் கல்வித் திட்டத்துக்கு புதியதாகப் பொறுப்பேற்றிருந்த நானும் அவர்களுடன் அமர்ந்திருக்கிறேன். அவ்வாறாக நான் மேடையில் அமர்ந்து கலந்துகொள்ளும் முதல் சில கூட்டங்களில் அதுவும் ஒன்றாக இருக்கலாம்.

'முதலில் தமிழ்த்தாய் வாழ்த்து' என்று நிகழ்ச்சித் தொகுப்பாளர் அறிவிக்கிறார். சபையில் சலசலப்பு. அமர்ந்திருந்தவர்கள் எழுந்து நிற்கிறார்கள். மேடையில் மொத்தம் ஐந்து பிரமுகர்கள். நாங்களும் எழுந்து நிற்கிறோம். - 'நீராரும் கடலுடுத்த...' என்று பாடல் ஆரம்பிக்கிறது.

அவ்வளவுதான். எனக்குள் ஏகப்பட்ட எண்ணங்கள் சரம் சரமாகக் கிளம்புகின்றன. எனது மனது என்கிற அறையின் சுவர்களில், விருவிருவென யாரோ அந்த பல்வேறு விதமான போஸ்டர்களை ஒட்டுவதுபோல இருந்தது.

மன அறையின் சுவர்களில் ஒன்றின் மேல் ஒன்றாக ஒட்டப்பட்ட அந்த 'போஸ்டர்'களில், என் மனதில் எழும்பிய எண்ணங்கள்தான் எழுதப்பட்டிருந்தன. எப்படிப்பட்ட எண்ணங்கள்?

ஒவ்வொரு போஸ்டரிலும் ஒவ்வொரு நினைப்பு. 'நான் நிற்கிறேன் பலரும் என்னைப் பார்கிறார்கள். நான் அவர்கள் பார்வையில் முழுமையாகப்படுகிறேன்'. இது முதல் போஸ்டர். அதை சரியாகப் படிப்பதற்கு முன்பாகவே அதன் மேல் ஒட்டப்படும் அடுத்த போஸ்டர்: 'நான் அணிந்திருக்கும் உடை சரியாக இருக்கிறதா?' அதைப் படித்து முடிப்பதற்குள்ளாகவே அடுத்த போஸ்டர்: 'நேராக நிற்கவேண்டும்'... இப்படியாக படு வேகத்தில் ஒட்டப்பட்ட ஏராளமான போஸ்டர்கள்.

'முகத்தை உயர்த்திக்கொள்ளலாமோ! அல்லது தமிழ்த்தாய் வாழ்த்துப் பாடும்போது தலை குனிந்துதான் நிற்கவேண்டுமா? மற்றவர்கள் எப்படி நிற்கிறார்கள்? நான் எப்படி நின்றால் அதுச் சரியாக இருக்கும்? கண்களை திறந்து வைத்திருப்பது சரியா அல்லது மூடிக்கொள்ளவேண்டுமா? கைகளை விரைப்பாக உடம்போடு ஒட்டியபடி வைத்துக்கொள்ளவேண்டுமோ! அதுதான் சரியாக இருக்குமோ! இல்லை இல்லை. இது தேசிய கீதம் இல்லையே! தமிழ்தாய் வாழ்த்துதானே. நான் நிமிர்ந்து நிற்கவேண்டும். பாடுகிறவர்கள் மிக அழகாகப் பாடுகிறார்களே, அவர்கள் யார்? அவர்களை திரும்பிப் பார்க்கலாமா?'

எண்ணங்கள் உருவாவது நின்றபாடில்லை. மனது என்கிற சுவர் போஸ்டர்களால் வேகமாக நிறைகிறது. ஆனாலும் விடாமல் ஒட்டப்படும் புதிய சுவரொட்டிகள்.

> 'நானும் வாய்விட்டு சத்தமாக பாடவேண்டுமோ!
> கண்களை மூடிக்கொண்டுவிடலாமா?
> கைகளை பின்புறமாக கட்டிக்கொள்ளலாமா? அல்லது முன்புறம் கட்டிக் கொள்ளுவதுதான் சரியோ!
> மற்றவர்கள் என்ன செய்கிறார்கள்?

நீராரும் கடலுடுத்த... பாடல் இன்னும் முடியவில்லை. அதனால் எல்லோரும் அப்படியே நிற்கிறார்கள். என் மனதிலோ தொடர்ந்து

ஒட்டப்பட்டுக்கொண்டேயிருந்த போஸ்டர்கள். பெரிய பெரிய எழுத்துகளுடன். மனம் என்கிற அறை முழுக்க, எல்லாப் பக்கத்துச் சுவர்களிலும், பல வண்ணங்களில், சரட் சரட் என கஞ்சிப்பசை தடவி, ஒட்டப்பட்ட போஸ்டர்கள்.

குறுகிய நேரத்தில் ஏகப்பட்டது ஒட்டப்பட்டதால் மனதுக்குள் குழப்பம், தடுமாற்றம், பதற்றம். 'என்னவோ நடக்கிறது. நான் என்ன செய்யவேண்டும் என்று சரியாக தெரியவில்லையே! மதிப்பைத் தக்கவைத்துக் கொள்ளவேண்டுமே' இப்படிப்பட்ட எண்ணங்கள்தான் பதற்றத்துக்கான காரணங்கள்.

மேடையில் நிற்கும்போதுதான் என்றில்லை. மைக் பிடித்துப் பேசச் சொன்னால், நாலு பேருக்கு முன்னால் நடந்துவரச் சொன்னால், நேர்முகத் தேர்வில் மற்றும் ஏதேனும் போட்டிகளில் கலந்து கொள்ளும்போது கேள்விகள் கேட்கப்பட்டால், ஏற்படும் தடுமாற்றங்கள். சிலருக்கு உடம்பே வேர்த்துவிடும்.

தமிழ்த்தாய் வாழ்த்து பாடி முடிக்கிற அந்த ஒரு சில நிமிடங்களுக்குள்தான் எவ்வளவு சிந்தனைகள் கிளம்பி வந்தன! இங்கே மட்டுமில்லை. எல்லா இடங்களிலும், உறவுகளிலும், பிரச்னைகளின் போதும் மனது ஆயிரக்கணக்கான எண்ணங்களில் சிக்கித் தவிக்கிறது. உழல்கிறது.

'இப்படிச் சொல்லாமா, அப்படிச் சொல்லலாமா?
நான் என்ன சொன்னால் சரியாக இருக்கும்?

என்னைப்பற்றி என்ன நினைப்பார்கள்?
அசிங்கப்படவேண்டி வருமோ? கேலி செய்வார்களோ!'

இதற்கு என்ன காரணம்? எங்கிருந்து எழும்புகிறது இந்தப் பிரச்னை? இவையெல்லாம் என்ன வெளியில் இருந்தா வரும்? எல்லாம் உள்ளிருந்து உற்பத்தி ஆவதுதான். இப்படிப்பட்ட எண்ணங்கள் வருகின்றனவே, வந்து தடுமாறச் செய்கின்றனவே! அவற்றை என்ன செய்யலாம்? என்ன செய்யவேண்டும்?

வேறு என்ன? கிழித்து எறியவேண்டும், அவை ஒட்டப்படும் வேகத்திலேயே, ஒட்டப்படும் போதே! இழுத்து பிய்த்து கசக்கி தூரமாகத் தூக்கிப் போடவேண்டும். எல்லாம் அர்த்தமற்ற, தேவையில்லாத கேள்விகள், பயங்கள், சந்தேகங்கள். நமக்குள் நாமே கற்பனை செய்தவைகளை, அச்சடித்து ஒட்டிக்கொள்ளுகிற சுவரொட்டிகள்.

அவர்கள் ஏன் என்னைப் பார்க்க வேண்டும்? சரி பார்க்கட்டும். பார்த்தால் என்ன? நான் எப்படி இருந்தால்தான் என்ன? என்ன நினைத்துக்கொள்ளுவார்கள் என்கிற பயம் எனக்கு ஏன்? அவர்கள் எதுவும் நினைத்துவிட்டுப் போகட்டுமே. இதில் என்ன இருக்கிறது?

கற்பனை செய்து கொண்டு, பயமூறுத்துகிறவிதமாக, சோம்பி உட்காரவைக்கிற விதமாக, மனதில் எழும்புகிற எண்ணங்கள்தான் மனது ஒட்டுகிற போஸ்டர்கள். இவற்றை ஒவ்வொன்றாய் எதிர்க்கேள்வி கேட்டுக் கேட்டு, கிழித்தெறிந்து ஒன்றுமில்லாமல் ஆக்கவேண்டும்.

மனது சுத்தமாகிவிடும்.சஞ்சலம் இருக்காது. குழப்பம் ஓடிவிடும். பகலில் பெய்த மழைக்குபின் வெட்டரிக்கும் வானம் போல மனசு பளிச்சென ஆகிவிடும். தெளிவு பிறக்கும். நம் மனது. நம் சுவர். இங்கே வேறு எவரும் விளம்பரம் செய்யக்கூடாது.

'ஸ்டிக் நோ பில்ஸ்'தான். ஸ்டிரிக்ட்டாக!

[7]
கிளவுஸ் போட்ட மனது

பழனி முருகன் கோவிலுக்கு மாலை போட்டுக்கொண்டு, வெறும் காலுடன் சாலையில் நடந்த போது, முதல்நாள் மிகச் சிறிய கற்கள்கூட பாதத்தைக் குத்தின. பதறிக் குதிக்கும் அளவு வலியைக் கொடுத்தன. அதற்கு முன்பும் கூட நடந்த சாலைகள்தான். அப்போதும் கற்கள் இருந்தன. ஏன் அதைவிடப் பெரிய கற்கள் மீது கூட நடந்திருக்கிறேனே. அப்போதெல்லாம் குத்தாத கற்கள் இப்போது குத்தக் காரணம் என்ன? வேறு என்ன, முன்பு கால்களில் அணிந்திருந்த காலணிகள்தான்.

கிரிக்கெட் ஆட்டத்தில் விக்கெட் கீப்பர் கைகளில், விக்கெட் கீப்பிங் கிளவுஸ் (உறை) அணிந்திருப்பார். அதைப் போட்டுக் கொண்டு அவரால் ஒரு பவுலரைப் போல பந்து வீச முடியுமா? பந்தைத் தூக்கி எறிவது அல்ல. வேண்டியவிதம் சிறப்பாக பேட்ஸ்மேனை நோக்கி வீசுவது. உறைக்குள் இருக்கும் அவரது விரல்களால் பந்தில் உள்ள தையல்களை தடவிப்பார்க்க முடியுமா? பந்தை சுழற்ற முடியுமா?

வெறும் கையால் தொடுவதற்கும் கையில் உறை போட்டுக் கொண்டு தொடுவதற்கும் வித்தியாசம் இருக்கிறதுதானே! வெறும் காலால் நடப்பதற்கும் காலணி அணிந்து நடப்பதற்கு வேறுபாடு உண்டுதானே?

அப்படிப்பட்டவற்றை அணிந்திருக்கும் போது, இருப்பதை இருப்பது போல உணர முடியவில்லை. மேலும் வேண்டியவிதம் கையாள முடியாது. கண்களில் கூட கண்ணாடி அணிந்திருக்கும் போது, இருப்பதை இருக்கும்விதம் பார்க்க முடியாதல்லவா?

உள்ளதை உள்ளபடி பார்ப்பதில் வேறு எங்கெல்லாம் சிக்கல்கள், சிரமங்கள், தடங்கல்கள் வரும்?

மனதுக்கு கூட உறை இருக்கிறது தெரியுமா? நம் உள்ளங்கள் கூட, 'உள்ளதை உள்ளபடிப் பார்ப்பதில்லை. அப்படி வெறுங் கண்ணால் (வெறும் மனக்கண்ணால்) பார்ப்பது எவருக்கும் அரிது. காரணம், நம் மனங்கள் எல்லாம் உறைகளால் மூடப்பட்டிருக்கின்றன.

ஒருவர் மெல்லிய நைலான் சேலையால் முகத்தை மூடிக்கொண்டு, அதன் வழியாகவே உலகத்தை பார்ப்பதைப் போல, நிகழ்பன வற்றை நாம் எல்லோருமே வெறுங்கண்ணால் அல்லாமல், எதன் ஊடாகவோதான் பார்க்கிறோம் என்றால் நம்ப முடிகிறதா?

மனதை மெல்லிய துணியால் மூடுவதா? யார் மூடுவது? அதென்ன மெல்லிய துணி? அதை வைத்து மனதை எப்படி மூடமுடியும்?

ரஞ்சன் பத்து ஆண்டுகளுக்கு முன் எனக்குக் கீழ் பணியாற்றியவர். முன் அனுபவம் இல்லாமல், கல்லூரியில் இருந்து நேரடியாக வந்தவர். அதனால் ஒவ்வொன்றையும் எடுத்துச் சொல்லிப் புரியவைக்க வேண்டியிருந்தது. கவனமாக கேட்டுக்கொள்வார். ஆனாலும் சில தவறுகள் வந்துவிடும். அவற்றில் சில பிளண்டர் என்று சொல்லத்தக்க பெரும் சிக்கல்கள் உண்டாக்கிய தவறுகள். கோபித்தல் நடக்கும்.

அதன் பிறகு நான் வேலை மாறி வேறு நிறுவனத்துக்குப் போய்விட்டேன். அவரும் ஓராண்டுக்குப் பிறகு வேறு நிறுவனத் துக்குப் போனார். பத்து ஆண்டுகள் ஓடிவிட்டன. இருவருமே வேறு வேறு நிறுவனங்களுக்கு மாறினோம். எப்போதாவது இடையில் குடும்ப நிகழ்ச்சிகளில் சந்தித்துக்கொள்ளுவோம்.

பிறகு ஒரு முறை ரஞ்சனை அவரது அலுவலகத்தில் சந்திக்க நேர்ந்தது. தற்சயலாக நான் அங்கே கண்டவை சாதாரணமாகவே இருந்தன. ரஞ்சன் அந்த நேரம் அவரைச் சந்தித்த ஊழியரிடம் பேசியதில்கூட எனக்கு ஒரு குறை தெரிந்தது. அவரிடம் 'பழைய வாசம்' போகவில்லை என்றே நினைத்தேன். 'இவ்வளவு நல்ல நிறுவனத்தில் உயர் பதவியில் எப்படித்தான் சமாளிக்கிறாரோ!' என்று கூட நினைப்பு வந்து மறைந்தது.

வெளியூரில் நடந்த நிகழ்ச்சி ஒன்றில் சந்தித்த வாசகர் ஒருவர், அவரை அறிமுகப்படுத்திகொள்ளும்போது, அவர் பணியாற்றும் நிறுவனத்தின் பெயரைச் சொன்னார். அட அது ரஞ்சன் பணியாற்றும் நிறுவனம். பேச்சு மெல்ல ரஞ்சனை பற்றியும் நகர்ந்தது.

அவர் ரஞ்சனைப் பற்றி பிரமாதமாகச் சொன்னார். ஏகத்துக்கும் புகழ்ந்தார். எனக்கு ஆச்சரியமாக இருந்தது. யார் நம் ரஞ்சனா இப்படி என்று வியப்பு வந்தது. நம்பமுடியவிலை. சொன்னவர் வயதும் குறைவு. சரி ஏதோ சொல்லுகிறார் என்று விட்டு விட்டேன்.பிறகு யோசித்தேன். அவர் சொல்லுவது ஏன் உண்மையாக இருக்கக்கூடாது என்று. நான் ரஞ்சன் அலுவலகம் சென்றிருந்த போது நடந்தவற்றை முயற்சித்து மீண்டும் ஒரு மறு பார்வை பார்த்தேன். ரஞ்சனை ஒரு முன்பின் தெரியாதவராகப் பார்க்கவேண்டும் என்று எனக்கு நானே சொல்லிக்கொண்டு பார்த்தேன்.

ரஞ்சன் சிறப்பாகத்தான் பேசினார், உத்திரவுகள் போட்டார். கண்ணியமாக மரியாதை வரும் விதம்தான் நடந்து கொண்டார் என்றெல்லாம் இப்போது எண்ண முடிந்தது.

அப்படியென்றால், அந்த நிகழ்வைப்பற்றி, ரஞ்சனின் அதே நடத்தை பற்றி முன்பு நான் ஏன் வேறுவிதமாக 'பார்த்தேன்'?

ரஞ்சனை நான் யாரோவாகப் பார்க்கவில்லை. என் பார்வையில் அப்போது 'அப்ஜெக்டிவிட்டி' (விருப்பு வெறுப்பு அற்ற நிலை) இல்லை. எனக்கு பத்து ஆண்டுகளுக்கு முன்பு தெரிந்த ரஞ்சனைப் பார்த்திருக்கிறேன். அவரைப்பற்றி ஏற்கனவே இருந்த அழுத்தமான எண்ணங்களின் ஊடே, அவருடைய தற்போதைய வித்தியாசமான செயல்களையும் பார்த்திருக்கிறேன். ரஞ்சன் இப்படித்தான் என்று நான் எப்போதோ பின்னி வைத்திருந்த உறையை மாட்டிக்கொண்டு பார்த்தால் இப்போது உள்ளது எப்படித் தெரியும்?

‘அய்யா சாமி தர்மம் பண்ணுங்க’ என்று இறைஞ்சும் நபரை சிலர் எப்படிப் பார்க்கிறார்கள்? பழம் விற்பவரை, ஆட்டோ ஓட்டுகிறவரை, ஓட்டலில் உணவு பரிமாறுகிறவரை எல்லாம் எப்படிப் பார்க்கிறார்கள்? அப்படியே, இருப்பது போலேவா?

இதென்ன கேள்வி, அவர்களை அவர்களாகத்தானே எவரும் பார்ப்பார்கள் என்று கேட்கத்தோன்றுமே. நியாயமான கேள்விதான். இப்போது இன்னொரு கூடுதல் தகவல் தரட்டுமா? அந்த தர்மம் கேட்டவர், பழம் விற்பவர், ஆட்டோ ஓட்டுபவர், பறிமாறுகிறவர் எல்லோருமே பெண்கள் என்றால்?

வக்கீலோ, போலீஸோ, உயரதிகாரியோ அவர்கள் என்ன வேலை செய்தாலும், எவ்வளவு திறமையானவராக இருந்தாலும், எந்தப் பொறுப்பில் இருந்தாலும் அவர் ஒரு பெண் என்ற நினைப்பு கொஞ்சமும் வராமல் இருந்தால், அந்த மனது அந்த உறை போர்த்தப்படாத மனது என்று சொல்லலாம்.

அதென்ன உறை இல்லாத மனது என்று சொல்லாமல், ‘அந்த உறை’ இல்லாத மனது என்று உறையைக் குறிப்பிட்டுச் சொல்லுகிறீர்கள் என்று கேட்கலாம்.

சரியான கேள்விதான். உறை என்பது ஒன்றல்ல. ஆளுக்கு ஆள் வேறுபடும் உறைகள் பல உண்டு. அவற்றின் அளவுகளில், கனத்தில், நெய்தலில், வண்ணங்களில் ஏராளமான வேறுபாடுகள் உண்டு.

நான் ரஞ்சனைப் பார்த்தது போல, இவர் இப்படித்தான் என்று பார்ப்பது ஒருவகை உறை போர்த்திய மனதால். எல்லோரிடமும் அந்த உறை உண்டு என்றோ, எல்லா நேரமும் அதன் ஊடேதான் பார்க்கிறார்கள் என்றோ சொல்லமுடியாது.

இதே போல மனங்களைச் சுற்றிக்கொண்டிருக்கும் வேறு பல உறைகளும் உண்டு. எவரையும் அவருடைய ‘சாதி’யை வைத்து பார்க்கும், அல்லது ‘பொருளாதார நிலையை’ வைத்துப்பார்க்கும், ‘படிப்பை’ ‘பதவியை’ ‘உருவத்தை’, ‘நிறத்தை’ வைத்தெல்லாம் பார்க்கும் மனங்கள் உண்டு.

எவ்வளவு நன்றாக செய்தாலும், செய்ததைப் பார்க்காமல் செய்தவனைப் பார்க்கும் மனங்கள். எவ்வளவு சுமாராக இருந்தாலும், பாராட்டும் மனங்கள். எவ்வளவு சிறப்பாக இருந்தாலும் குறை காணும் உள்ளங்கள். சலுகை காட்டுவது,

பாராமுகமாக இருப்பது, பரிந்து பேசுவது, எள்ளிநகையாடுவது, பயன்படுத்திக்கொள்ளப் பார்ப்பது, சீண்டுவது, அவமரியாதை செய்வது எல்லாம், மனம் சொல்லித்தான். ஆனால் அந்த மனம் தெளிவாக இல்லாமல் இருந்தால்? அதற்கு பார்வைக் கோளாறு இருந்தால்? அது உள்ளதை உள்ளபடி பார்க்காமல் இருந்தால்? அது எல்லாவற்றையும் குறிப்பிட்ட 'உறை மாட்டிக்கொண்ட மனதால்' பார்த்தால்?

சின்னவயதில் இருந்து கூடவே வளர்ந்த உறை. யாரோ மாட்டிவிட்ட உறை. அல்லது நாமாக வளர்த்துக்கொண்ட உறை. கிழித்தெறியாமல், ஏன், அப்படி ஒன்று இருப்பதே கூடத்தெரியாமல், அனுமதித்திருக்கும் மனதைச் சுற்றிய உறை. விரும்பினால் விலக்கிப் பார்க்கலாம்.

'இப்படி நினைப்பு வருகிறதே இது சரிதானா?
இப்படி எண்ணுகிறோமே! இப்படி பார்க்கிறோமே! இப்படிப் பேசுகிறோமே!
இதெல்லாம் இப்படித்தானா அல்லது நம் பார்வையில் ஏதும் சிக்கலா?
என் மனம் அதுவாக இருக்கிறதா அல்லது அதை சுற்றி ஏதேனும் வலை பின்னப்பட்டிருக்கிறதா?
என்னிடம் ஏதேனும் குறிப்பிட்ட வகை உறை இருக்கிறதா?'

அடுத்த முறை எவரைப்பற்றியும் அழுத்தம் திருத்தமாக ஒரு முடிவுக்கு வரும் முன்னர், இந்த சோதனை செய்து பார்க்கலாம். எவரைப் பார்க்கும் போதும், நம் மனதுக்கு அறிவுறுத்தலாம், 'உறையைக் கழற்றிவிட்டுப் பார்'.

[8]

கோலோச்சும் எண்ணங்கள்

நண்பர் ஒருவரிடம் பேசிக்கொண்டிருக்கையில் ஒரு குறிப்பிட்ட திரைப்படம் பற்றிப் பேசினார். மிகுந்த எதிர்பார்ப்புகளுக்கும் விளம்பரங்களுக்கும் இடையே அந்த திரைப்படம் அப்போதுதான் வெளிவந்திருந்தது.

அவர் சொன்னார், ‘படம் நன்றாக இல்லையாம். சரியாக ஓடாதாம்.’ சொன்னவர் உறுதியாக சொன்னார். சொல்லிவிட்டுப் போய்விட்டார்.

அவர் சொன்னதைப் பற்றி மனது யோசிக்க ஆரம்பித்தது. ‘ஆமாம், அந்த நடிகர் சமீபத்தில் ஒரே மாதிரியான வேடங்களில் நடிக்கிறார். தோற்றத்திலும் வேறுபாடில்லை. அதனால்தான் இப்படி ஆகிறது. தவிர, படத்தின் நாயகியும் நடிப்புக்கு புதியவர். இப்படியெல்லாம் இருந்தால் படம் எப்படி ஓடுமாம்!’ சின்ன இடவெளிக்குப் பிறகு அதே யோசனை தொடர்ந்தது. ‘அடடா! நல்ல இயக்குனராயிற்றே! இதற்கு முன் நல்ல படங்கள்தானே எடுத்தார். இதில் சறுக்கிவிட்டார் போல!’

அதுவரை அந்தப்படம் பற்றிய எந்தக் கருத்தும் இல்லாமல் இருந்த மனதில், படம் சரியில்லை, ஓடவில்லை, ஓடாது என்கிற எண்ணங்கள் ஊன்றிவிட்டன. காரணம், எவரோ ஒருவர் ஏற்படுத்திய எண்ணம்; வளமான மனவயலில் விழுந்த ஒரு விதை. சரசரவென வேர்பிடித்து வளர ஆரம்பித்துவிட்ட செடி.

சொல்லப்பட்டது ஒரு தகவல்தான். ஆனால் கேட்டவர் மனதோ, அதற்கு ஏற்ற மேலும் பல தகவல்களை சேகரித்து, தேர்ந்த வழக்கறிங்கர் ஆதாரங்களை அடுக்குவது போல அந்தக் கருத்தினை மனதினில் வலுவாக்கிவிட்டது.

இதுவே மாற்றியும் நடக்கலாம்.

அதே நண்பரோ வேறு எவருமோ, 'அந்தப் படம் நன்றாக இருக்கிறதாம். மிக நன்றாக ஓடுகிறதாம்' என்று சொல்லி இருந்தால், கேட்டுக்கொண்டவர் மனது எப்படி யோசித்திருக்கும்?

'ஆமாம், ஓடாதா பின்னே... பெரிய நடிகர், எதையும் சிரத்தையுடன் செய்யக்கூடியவர், பெரிய பட்ஜெட் படம், மிகச் சிறந்த இயக்குனர். ஆராய்ச்சிகள் எல்லாம் செய்து எடுத்தகாக கேள்விப்பட்டோமே!' என்பது போல தொடர்ந்து யோசித்திருக்கும்.

மனது ஓடுகிற வாஷிங் மிஷினைப் போல. எந்தத் துணியைக் கொடுத்தாலும், அதனை நனைக்கும், சுழற்றும், விசிறும். மனதுக்கு கட்சி கிடையாது. எந்தக் கட்சிக்காரர் கேஸைக் கொடுக்கிறாரோ, அவருக்கு விசுவாசமாக, அவருக்கு சாதகமான விரபரங்களை தன்னுள் இருந்தே சேகரிக்கும். அள்ளிவரும். தொடுக்கும், சூட்டும். வக்கீல் கட்சிக்காரரைத் தேர்ந்தெடுப்ப தில்லை. கேட்டுக்கொள்ளுகிற கட்சிக்காரருக்காக வாதாடுவார்.

மனசு வளமான கரிசல் மண் போல. அதற்கு புல் பூண்டு, செடி மரம் என்கிற வேறுபாடுகள் தெரியாது. எந்த விதை விழுகிறதோ, அதை வளர்க்கும். விளைவிக்கும்.

மனது ஒரு வண்டி. அது ஒரு வாகனம். அது ஒரு குதிரை. எதை ஏற்றினாலும், யார் ஏறினாலும் ஓடும். குப்பைக்கும் பூக்களுக்கும் அதற்கு வேறுபாடு கிடையாது.

பரப்பி வைக்கப்பட்டிருக்கும் உணவு மேசையினை கையில் வெறும் தட்டுடன் சுற்றி வருபவர், பார்க்கிற எல்லாவற்றையும்

சாப்பிடுவதில்லை. அவர் தட்டில் எதனை எடுத்துக்கொண்டு போகிறாரோ, அதைத்தான் சாப்பிடுகிறார்.

அதேபோல மனதுக்குள் ஏற்படும் எல்லா எண்ணங்களையும் மனது வெகு நேரம் யோசிப்பதில்லை. சிலவற்றை மட்டும் தட்டில் எடுத்துக்கொண்டுபோய் சாப்பிடுபவரைப் போல, அதிகம் சிந்திக்கும். அதையே சுற்றி சுற்றி வரும். கட்சிக் காரருக்கு சாதகமானவற்றைத் தேடி எடுக்கும் வழக்குரைஞரைப் போல, அந்த எண்ணத்தினை வலுப்படுத்தும் விதமான ஆதாரங்களை சம்பவங்களை, பிறர் சொன்னவற்றை எல்லாம் ஒன்று சேர்க்கும்.

கவலைப்படுவது இப்படித்தான். ஆனந்தப்படுவதும் இப்படித்தான்.

'இப்படித்தான் லேட்டா வர்றதா...
அட! இது நல்லா இருக்கே...
வாங்க வாங்க. உங்களைத்தான் எதிர்பார்த்துக்
கொண்டிருந்தோம்...
என்ன வேலை செய்யுறீங்க நீங்க... சுத்த வேஸ்ட்...'

ஒரு தினத்தில் எவ்வளவோ நிகழும். என்னென்னவோ சொல்லுவார்கள். பாராட்டுகள், கண்டிப்பு, கசப்பு, வற்புறுத்தல் எல்லாம் இருக்கும். சொல்லப்படுகிற, கேட்டுக்கொள்கிற எல்லாவற்றையும் பஃபே மேஜையைச் சுற்றிப் பார்ப்பவரைப் போல, மனது அனைத்தையும் ஒருபார்வை பார்க்கும். ஆனால் சிலவற்றை மட்டும் அல்லது ஏதோ ஒன்றை மட்டும், தட்டில் எடுத்துவைத்துக்கொள்ளும்; வண்டியில் ஏற்றும். வாஷிங் மிஷினில் போடும். அலச ஆரம்பிக்கும். வெகு நேரத்துக்கு அதையே அசைப்போடும்.

'அவன் வந்தான் மூட் கெட்டுப் போச்சு...
ரொம்ப சோர்வா இருக்குங்க.
என்ன பேச்சுப் பேசுதுங்க! நாம வளர்த்ததுங்களா இதுங்கன்னு
இருக்கு...
வேணாங்க. நான் வரலை. விட்டுடுங்க. ஆயாசமா இருக்கு...
என்ன வேணுமோ கேளுடா. தர்றேன். இப்ப செம மூட்ல்
இருக்கேன்...'

மிளகாயை அரைக்கும் மிக்ஸியா அல்லது சந்தனம் அரைக்கும் கல்லா? எதில் இருந்து வருகிறது காரமும் மணமும்?

அரைபடுவதில் இருந்துதானே தவிர, அரைக்கும் கருவியில் இருந்து அல்ல.

மனம் ஒரு கருவி மட்டுமே. அதில் எதைப் போடுகிறோமோ அதன் மணம் வீசுகிறது, சுவை வருகிறது.

வலம் வருகிற ஆயிரக்கணக்கான எண்ணங்களில் எதையும் தூக்கி சிம்மாசனத்தில் அமரவைக்கலாம். அதற்கு ஆட்சி அதிகாரம் கொடுக்கலாம். எதற்கு அதிகாரம் கொடுக்கிறோமோ, அது கோலோச்சும். அதனை ஆட்சியில் அமர்த்துபவர் நாம் தான்.

பரப்பிய மேஜையில் இருந்து எதனையும் தட்டில் எடுத்துக் கொள்ளலாம். அது நம் விருப்பம். அதற்கான சுதந்திரம் நமக்கு உண்டு. எவர் என்ன சொன்னாலும் அதனால் பாதிக்கப்படுவர்கள் வலிமையற்றவர்கள்.

எவரோ சொன்னதை, ஒதுக்கலாம், புறந்தள்ளலாம், அலட்சியப் படுத்தலாம். அல்லது அதற்கு முக்கியத்துவம் கொடுத்து, அதையே நம்பி அதற்கு மேலும் ஆதாரங்களை நம்முள்ளே தேடி அதற்காக விசனப்படலாம். அல்லது ஆனந்தப்படலாம்.

மனது வண்டிதான். ஆனால் அதன் திசையினை நாம் முடிவு செய்யமுடியும். மனது மிஷின் தான். அது எதனை அரைக்க வேண்டும் என்பதை நாம் முடிவு செய்யலாம். மனது குதிரைதான், வாகனம் தான். அதில் எதனை ஏற்றவேண்டும் எனபதை நாம் முடிவு செய்யலாம்.

அந்த அதிகாரத்தை நாம் விட்டுவிடவே கூடாது.

[9]

மனதுக்கு சொல்லிக்கொடுப்பது

அவரோடு பேசிக்கொண்டிருந்த இரண்டு மணிநேரத்தில் மனிதர் கொட்டித் தீர்த்துவிட்டார் என்றுதான் சொல்ல வேண்டும். அவருக்கு ஏகப்பட்ட வருத்தங்கள். ஓரிருவர் மீதல்ல. பலர் மீது கோபம். காரணம், அவருடைய நினைப்பு. 'என் அருமை பலருக்கும் தெரியவில்லை. என்னை எவரும் போதிய அளவு பாராட்டுவதில்லை. மதிப்பதில்லை. மொத்தத்தில் எனக்கு கிடைக்க வேண்டிய அளவு அங்கீகாரங்கள் கிடைக்கவில்லை'. இவை மட்டுமல்ல. 'நான் நல்லவன். திறமையானவன். மிகச்சிறந்த செயல்களைச் செய்துகொண்டிருப்பவன். ஆனாலும் எனக்குப்போய் இப்படி ஒரு நிலை'. அவர் பேச்சு முழுக்க ஆதங்கமும் அங்கலாய்ப்புமாகவே இருந்தது.

அமிதாப்பச்சன் இந்தி திரைப்பட உலகில் புயலாக நுழைந்து இளம் கலைஞராகப் பாராட்டப்பட்டுக் கொண்டிருந்த நேரம் அது. 1970களின் தொடக்கம். 'ஆனந்த்' படம் கூட வெளிவந்துவிட்டிருந்தது. அமிதாப்பின் தந்தை அபிஷேக் பச்சன் (தந்தை பெயர் அபிஷேக் பச்சன் தான். தன் அப்பா பெயரைத்தான்

அமிதாப் அவர் மகனுக்கு வைத்திருக்கிறார்). அந்தக் காலகட்டத்தில் ஒருமுறை அபிஷேக் பச்சனின் வீட்டுக்கு நமது மூத்த எழுத்தாளர் க.நா.சுப்ரமணியம் போயிருந்திருக்கிறார். அபிஷேக் பச்சனும் க.நா.சுவும் நண்பர்கள். ஹாலில் அமர்ந்து எதைப்பற்றியோ சுவாரசியமாக பேசிக்கொண்டிருந்திருக்கிறார்கள். அப்போது உள்றையில் இருந்து அமிதாப் வெளியே ஹாலுக்கு வந்திருக்கிறார். உடனே தன் நண்பருக்கு மகனை அறிமுகப்படுத்திருக்கிறார் அபிஷேக் பச்சன். 'இதுதான் என் மகன். அமிதாப் பச்சன்.'

'ஓ அப்படியா.' அவனை நிமிர்ந்து பார்த்தபடியே க.நா.சு கேட்கிறார், 'என்ன தம்பி பண்ணிக்கிட்டிருக்க' (வாட் ஆர் யூ டூயிங்?).

அதிர்ந்துவிட்டிருக்கிறார் அமிதாப். 'என்னது நம்மைத் தெரியவில்லையா?'

பின்னால் அவரே இந்த சம்பவத்தைப்பற்றி எழுதுகிறார். 'ஒரு சவுத் இண்டியன் ரைட்டர், வேட்டி கட்டிக்கொண்டிருந்தவர், என்னைப் பார்த்து என்ன செய்துகொண்டிருக்கிறேன் என்று கேட்டார்' என்று.

அமிதாப் மட்டுமில்லை. எல்லோருக்குமே தன்னைப்பற்றி ஓர் உருவம், பிம்பம், இமேஜ் உண்டு. பெரிய வெற்றியாளனாக, புகழ்பெற்றவனாக, திறமை உள்ளவனாக, நேர்மையானவனாக, சரியானவற்றைச் செய்பவனாக இப்படிப் பலவகையான சுயபிம்பங்கள். இது தவறில்லை. இது தான் செல்ஃப் எஸ்டீம். இது அவசியம் கூட.

செல்ஃப் எஸ்டீம் கண்டிப்பாக தேவை. அது கொஞ்சமும் இல்லாதவர்கள், தன்னம்பிக்கை இல்லாதவர்களாக இருப்பார்கள். சரியான அளவு செல்ஃப் எஸ் டீம் இருப்பவர்கள்தான், தன் மீது மதிப்பு வைத்திருப்பார்கள்.

அதேசமயம் செப்ல் எஸ்டீம்மின் அதீதம் உண்டு. அது தன்னை மட்டுமே மதிப்பது, நேசிப்பது. அதுதான் பலருக்கும் பிரச்னை.

எல்லோருக்கும் அவரவர் மனதுக்குள் ஓர் உலகம் உண்டு. அங்கே அவர்கள்தான் ராஜா (அல்லது ராணி). அங்கே அந்த மனதுக்கு சொந்தக்காரர், என்ன கருத்துகள் வேண்டுமானாலும் சொல்லலாம். வெளி ஆள் எவரும் அவரை அங்கே எதிர்க்க முடியாது. அவர் எதையும் சுதந்திரமாகப் பேசலாம்

(நினைக்கலாம்). அவரது மனசாட்சி வேண்டுமானால் எதிர்த்து ஏதும் பேசலாம். அல்லது பேசாமலும் விட்டுவிடலாம். அல்லது அதுவும்கூட அவருக்கு ஆமாம் போடலாம்.

அங்கே, அவரது மனம் என்ற பட்டறையில் இழைத்து இழைத்து உருவாக்கப்படுவதுதான், 'செல்ஃப் எஸ்டீம்'. அங்கே பிடித்து வைக்கப்படுவதுதான் 'பிள்ளையார்'. அந்த மன அறையில் அவரைத் தவிர வேறு எவருமிருக்க மாட்டார்கள். முடியாது. அங்கே தன்னைப்பற்றி தானே தன்னிடம் எதை வேண்டு மானாலும் சொல்லிக்கொள்ளமுடியும். சொல்லிக்கொள்வார்கள்.

நான் அழகானவன்... எனக்கு முக கவர்ச்சி உண்டு... எனக்கு நிறைய நண்பர்கள்... என்னை எல்லோருக்கும் பிடிக்கும்... நான் மிகவும் திறமையானவன்... நான் பரோபகாரி.

இப்படி தனக்குத்தானே தனது மனதுக்குள் சொல்லிக் கொள்ளுவதை மற்ற எந்த நபர் மறுக்க முடியும்? குறிப்பிட்ட நபரே மறுத்தால்தான் உண்டு.

இப்படி தனது விருப்பங்களைக் கருத்துகளாகச் சொல்லிக் கொள்ளுவது தவிர, அங்கே அவர் அவரது கோரிக்கைகளையும் வைப்பார். ஆமாம். அதுவும் தன்னிடமே, தானே! அவற்றையும் எவரும் தடுக்கவோ எதிர்க்க முடியாது. பிறகு? எப்படி எதிர்க்க முடியும்? எவருக்கும் தெரிந்தால் தானே மறுக்கமுடியும்.

கோரிக்கைகள் எப்படி இருக்கும் தெரியுமா? எல்லோருக்கும் என்னைப் பிடிக்க வேண்டும். எல்லோரும் என்னை பாராட்ட வேண்டும். எல்லோரும் என்னுடம் சினேகிதமாக பழக வேண்டும். எனக்காக மற்றவர்கள் விட்டுக்கொடுக்க வேண்டும். என்னை எவரும் குறை சொல்லக்கூடாது அடுத்து, மற்றவர்களைப் பற்றியும் அவரது கருத்துகளை அங்கே வெளிப்படையாக வைப்பார். அதையும் எவரும் ஏன் என்ன என்று கேட்க முடியாது!

என்னைவிட எவனும் பெரியவனில்லை. என்னைப் போதிய அளவு பாராட்டுவதில்லை. எனக்கு எதிராக சதி செய்கிறார்கள். எனக்கு கிடைக்க வேண்டிய அளவு மரியாதை தரப்படுவதில்லை.

என மதிப்பை முழுவதும் உணர்ந்தவர்கள் இங்கே இல்லை. அவரவர் (மன) உலகத்தில் அவரவர்களே ராஜா. சிலர் ராஜாக்கள் சர்வாதிகாரிகள். முரட்டுத்தனமானவர்கள். வேறு சிலர் மூடர்கள். இன்னும் சிலர் குருடர்கள். செவிடர்கள்.

அவர்களுக்கு அவர்களை பற்றி மட்டுமே எண்ணம். அவர்களே கடவுள். அவர்களே அவர்களை அமரவைத்து, அபிஷேகம் செய்து, ஆராதித்து, பூஜித்துக்கொள்வார்கள். அப்படியே மற்ற அனைவரும் செய்யவேண்டும் என்றும் எதிர்பார்ப்பார்கள்.

என்ன இது எல்லோருமா இப்படி இருப்பார்கள்? என்றால், இல்லை என்பதுதான் பதில். நிச்சயமாக வேறுவிதமானவர்களும் உண்டு. அவர்கள் (மன) உலகத்தில் மற்றவர்களுக்கும் இடம் உண்டு. மற்றவர்களையும் மதிப்பார்கள், போற்றுவார்கள். அவர்களுக்காகவும் பேசுவார்கள். அவர்களுக்காகவும் இரக்கப்படுவார்கள், அழுவார்கள்.

மற்றவர்கள் உருவங்களையும் உள்ளே வைத்திருப்பார்கள். அவற்றுக்கும் மாலை மரியாதை செய்வார்கள்.

என்னையும் தாண்டி உலகம் இருக்கிறது. எனக்குத் தெரிந்ததுதான் உலகிலேயே சிறப்பானது என்பதில்லை. என்னைவிடத் தெரியாதவர்களும் இருப்பதுபோல, என்னைவிடக் கூடுதலாகத் தெரிந்தவர்களும் இந்த உலகில் பலர் உண்டு. எனக்குக் கிடைத்திருப்பனவற்றுக்காக நான் மகிழ்கிறேன். எனக்கும் நன்றாகவே கிடைக்கிறது. மற்ற எவ்வளவோ நபர்களுக்குக் கிடைப்பதைவிடவும் சமயத்தில் எனக்குக் கூடுதலாகவே கிடைத்திருக்கிறது. என்னைவிட அதிகம் பெற்றவர்களும் உண்டுதான். ஆனாலும்,..

எனக்கு மட்டுமே கிடைக்கவேண்டும் என்று எண்ணும் போது மற்றவர்களுக்குக் கிடைக்கக்கூடாது என்றும் ஆகிவிடுகிறதே! இது சரியில்லையே? அவர்களும் முயற்சி செய்கிறார்களே. ஆசைப்படுகிறார்களே! அவர்களுக்கும் மனது இருக்கிறதே. அதுவும் எதிர்பார்க்குமே. கேட்குமே. கிடைக்காவிட்டால் வருத்தப்படுமே.

நான் சாதித்திருப்பவை சிறப்புதான். அதேசமயம் என்னை விடவும் கூடுதலாக சாதித்தவர்கள் நிறையபேர் இருக்கிறார்கள். அவர்களையும் உலகம் கொண்டாடும். அது நியாயம்தான். அதனால் எனக்கு ஒன்றும் வருத்தமில்லை. நான் ஒன்றும் எல்லோருக்கும் போட்டியாளன் இல்லை. மற்றவர்களை எவரும் பாராட்டுவதால், நான் குறைந்தவனாகி விடமாட்டேன். தவிர, தகுதி உடைய எவரும் பாராட்டப்படாமல் விடப்பட்டால் நான் முனைந்து அவர்களுக்கு உரிய பாராட்டினைப் பெற்றுத்தருவேன்.

இப்படியெல்லாம் தங்கள் மனதுக்குள், தனக்குத்தானே நினைப்பவர்கள், மனது கனமின்றி இலகுவாக இருக்கிறது. உள்ளே வெளிச்சம் இருக்கிறது. அது அவர்கள் முகத்திலும் பேச்சிலும் செயலிலும் பிரகாசிக்கிறது.

அழுகை, அரற்றல், அங்கலாய்ப்பு எல்லாம் வருவது கூடுதலாகத் தன்னலம் பேணுவதால்தான். மற்றவர்கள் மதிப்பினையும் தேவைகளையும் பாராட்ட முடியாததால்தான். இப்படிப் பட்டவர்களுடன் மற்றவர்கள் முகஸ்துதிக்காக, பிற நிர்பந்தங்கள் காரணமாக, வேறுவழியின்றிப் பேசிக்கொண்டாலும், பழகினாலும் அவர்கள் இவர்களிடமிருந்து பெறுவது வலியைத்தான்.

குறை பேசுவதை, மற்றவர்களைக் குறைத்துப் பேசுவதைக் குறைக்கவேண்டும். இயல்பாக வராவிட்டாலும் முயன்று குறைக்கவேண்டும், அதற்கு, நமக்கு நாமே மனதுக்குள் சிலவற்றைச் சொல்லிக்கொள்ளலாம். நம் மனதுக்கு நாமே சொல்லிக்கொடுப்பது.

> நான் சரி; மற்றவர்களும் சரிதான்...
> எனக்குக் கிடைக்கவேண்டும்; மற்றவர்களுக்கும் கிடைக்கலாம்...
> நான் பலமுள்ளவன்; பிறரும்தான்...
> எனக்குப் பல வெற்றிகள் கிடைத்திருக்கின்றன... எனக்கு இன்னும் கூடுதல் வெற்றிகள் வேண்டும்...
> என் வெற்றி அடுத்தவர் தோல்வியின் மீது கட்டப்படவேண்டும் என்பதில்லை; என் பலம் என்பது அடுத்தவர் பலவீனமாக இருக்கவேண்டியதில்லை...
> சுற்றி இருப்பவர்கள் எல்லாம் போட்டியாளர்களோ தட்டிப் பறிக்கப் பார்ப்பவர்களோ அல்ல; போட்டிபோடுபவர்கள் எதிரிகள் அல்ல...

இப்படித் தன்னைப்பற்றியும் பிறரைப்பற்றியும் நேர்மறையாக இன்னும் எவ்வளவோ சொல்லிக்கொள்ளலாம்.

[10]

கண்டுபிடி, தூர எறி

தூங்குகிற நேரம் தவிர மற்ற நேரமெல்லாம் விடாமல் நாம் எல்லோரும் செய்கிற ஒன்று என்ன தெரியுமா? சிந்தனை.

இடைவிடாமல் நாள் முழுவதும் ஏதாவது ஒன்றைப் பற்றி மனது சிந்தித்துக்கொண்டேயிருக்கிறது. நாள் ஒன்றில் விழித்திருக்கும் நேரம் என்பது சராசரியாக சுமார் 16 மணிநேரம். நிமிடக்கணக்கில் 960 மணித்துளிகள். நொடிகள் என்றால் 57600.

ஆராய்ச்சி ஒன்று தெரிவிக்கிறது. நாள் ஒன்றுக்கு சுமார் 60,000 விதமான எண்ணங்கள் மனதில் தோன்றி மறைகின்றன என்று. உதாரணத்துக்கு, மேசை மீதிருக்கும் புத்தகத்தைப் பார்க்கும் போது வருவது ஒரு சிந்தனை. அதன் அட்டைப்படம் கண்ணில் பட்டதும் வருவது அடுத்த சிந்தனை. பின் அதை ஒட்டியே சின்னசின்னதாக வேறு சில சிந்தனைகள். அடுத்து முதல் பக்கத்தினைப் புரட்டியதும் மற்றொரு சிந்தனை. எல்லாம் சின்னச் சின்ன, உடனடியாக மறைந்து, அடுத்த சிந்தனைக்கு வழிவிடும் குட்டி குட்டி எண்ணங்கள். இப்படியாக ஒவ்வொரு

பக்கத்துக்கும், பின்பு படிக்கிறபோது ஒவ்வொரு வரிக்கும் கூட மாறுபடுகிற, புதிதாக ஏற்படுகிற எண்ணங்கள்.

புத்தகத்தை மூடிவைக்கச் சொல்லும் ஒரு சிந்தனை. அதன் பின் அடுத்த வேலையினை நினைவுபடுத்தும் மற்றொரு யோசனை. இப்படியே ஒவ்வொரு நொடியும் தலைக்குள் இருக்கும் நூறுகோடி (ஒரு பில்லியன்) நியுரான்கள் கிளப்பிவிடும் ஆயிரக் கணக்கான எண்ணங்கள்.

தேசிய நெடுஞ்சாலையில் விடுமுறை நாட்களில் தொடர்ந்து செல்லும் வாகனங்களைப் போல, நில்லாமல் வந்து கொண்டேயிருக்கும் சிந்தனைகள். பிரச்னை என்ன தெரியுமா? இந்த ஓய்வறியா, நில்லா சிந்தனைகள்தான். மூளை அதற்கு இருக்கும் திறனை, சிந்தனை உற்பத்தியில் காட்டுகிறது. வருகிற எல்லாவற்றையும் வாங்கி வைக்கவே நேரமில்லாத மனது பாவம் சிரமப்படுகிறது. ஒன்றை வாங்கி, வைப்பதற்காக குனியும் போதே அடுத்த சிந்தனையை நீட்டுகிறது மூளை. நேரமாக நேரமாக, வாங்கியதை வைக்க முடியாமல் மனம் தடுமாறுகிறது. எல்லாம் சரிந்துவிழுகின்றன. குவியலாகின்றன. அதன்பிறகு, எது எங்கே இருக்கிறதென்றோ, எது கூடுதல் முக்கியத்துவம் வாய்ந்தது என்றோ பாவம் மனதால் பிரித்துப் பார்க்க முடியவில்லை. தவித்தும் கனத்தும் போகிறது மனசு.

எல்லோருக்கும் இப்படி ஆவதில்லை. சிலரால் தேவையானதைப் பற்றி மட்டுமே சிந்திக்க முடிகிறது. அதற்கு அதிக நேரமும் அதன் மீது கூடுதல் கவனமும் செலுத்த முடிகிறது. அவர்கள் வெற்றி பெறுகிறார்கள்.

அவர்கள் யார்? அவர்கள் செய்வது என்ன? அவர்கள் மூளையின் வேலையையும் மனதின் திறத்தையும் புரிந்துகொண்டவர்கள். அதன் காரணமாக, மூளையின் உற்பத்தியைக் கட்டுப் படுத்தியவர்கள். 'இது போதும்... இதுதான் வேண்டும்... இது இன்னும் கொஞ்சம் கூடுதலாக... இதை காட்டவே காட்டாதே...' என்றெல்லாம் அவர்களால் மூளைக்குச் சொல்ல முடிகிறது. அவர்களுடைய மூளையும் அதற்குக் கட்டுப்படுகிறது.

மனதுக்கோ நிம்மதி. அவசரமில்லை. பதற்றமில்லை. வேண்டியது மட்டும் வருகிறது. நிதானமாக வாங்கலாம். பொறுமையாக ஆராயலாம். அதில் வேலை செய்யலாம். மேம்படுத்தலாம். செழுமைப்படுத்தலாம். எதுவும் செய்யலாம்.

ஆக, சிலருடைய வெற்றிக்கு முதல் காரணம், அவர்களுடைய சிந்தனை, எண்ணங்களின் எண்ணிக்கையை அவர்களே கட்டுப் படுத்திக்கொண்டதும் அதன் தரத்தினை உயர்த்திக் கொண்டதும்தான்.

இதென்ன சிந்தனை அதுவும் நமக்கு இத்தனை சிந்தனைகளா வருகின்றன என்கிற கேள்வி வந்தால், அதற்கான பதில் இதோ.

அடுத்த முறை தனியாக இருக்கும்போது கொஞ்சம் சுதாரித்துக் கொண்டு, கவனப்படுத்திக்கொண்டு பாருங்கள் தெரியும். இல்லை இல்லை, கேட்கும்.

என்னது கேட்குமா? ஆமாம். சிந்தனை என்பது உரையாடல் போன்றதுதான். 'காபி நன்றாக இருக்கிறதே... கப்-சாஸரில் கொடுத்திருந்தால் இன்னும் நன்றாக இருந்திருக்கும்... ஆ! என்ன சூடு இது...' இவை எல்லாம் மூளைக்குள் உண்டாகும் சிந்தனைகள்.

மனதுக்கு எப்படி வருகிறது? நமக்கு பரிச்சியமான தாய் மொழியில்தானே! உன்னிப்பாகக் கவனித்தால் தெரியும், அது சொற்களால் ஆனதுதான் என்று. நம்மிடம் வேறு எவரோ சொல்லுவது போல. மூளை மனதுக்கு சொல்லுகிறது. வரிசையாக வெவ்வேறு விஷயங்களை பற்றி நொடிக்கு நொடி ரன்னிங் கமெண்ண்டரி கேட்டுக்கொண்டேயிருக்கிறோம்.

ஆம், நடப்பது அதுவேதான். நம் மனதுக்குள் மூளை தொடர்ந்து எதையாவது சொல்லிக்கொண்டேயிருக்கிறது. வெகு சிலர் இதை கவனித்து விட்டவர்கள். அவர்கள், 'எனக்குள் இருந்து யாரோ கட்டளை இடுகிறார்கள்' என்றெல்லாம் கூட சொல்லுவார்கள். 'ஏதோ குரல் கேட்கிறது' என்பார்கள். பெரும்பாலானவர்களுக்கு, நார்மலான மனிதர்களுக்கு இது குரல் போலத்தெரியாது. ஆனால் இது குரல்தான்.

இதை வேறுவிதமாகவும் சொல்லுவார்கள். எவருக்கும் இரண்டு விதமான மனசுகள் இருக்கின்றன. ஒன்று செயல்படும் மனசு. அவர்களிடம் சிந்தனையே கிடையாது. எல்லாம் எடுத்தேன் கவிழ்த்தேன் போல உடனடிச் செயல்பாடுகள்தான்.

நான் இதை மூளை என்றும் மனது என்றும் வேறுபடுத்திச் சொல்லுகிறேன். எப்படிச் சொன்னால் என்ன? புரிந்துகொள்ளப் படவேண்டியது, உள்ளே நடப்பது ஒன்றால் அல்ல, இரண்டால் என்பதைத்தான். அதில் மாற்றமில்லை.

இரண்டும் அதன் போக்கில் நடந்தால் அது கட்டுப்பாடற்ற தன்மை. அதனால் பலன் இல்லை. கேடு கூட வரலாம். மனதுதான் கூடுதல் சக்தி வாய்ந்தது. மூளை சிறப்பாக சிந்திக்கலாம், சிந்திக்காமலும் போகலாம். அதனால் பாதகமில்லை. காரணம், அதனை வெளியில் இருந்து மற்றவரிடமிருந்து பெற்றுக் கொள்ளலாம். ஆனால் மனது அப்படியில்லை. அதன் வேலையை அவுட் சோர்ஸ் செய்ய (வெளியாளிடம் கொடுத்து செய்து வாங்க) முடியாது. அவரவரே தான் செய்து கொள்ள வேண்டும்.

ஆக, செய்ய வேண்டியதெல்லாம் இதைத்தான்: மனதால் மூளைக்குச் சொல்ல வேண்டும் – 'எல்லாவற்றையும் நான் சிந்திக்க விரும்பவில்லை... எனக்கு வேண்டாம்... முக்கியமான சிலவற்றைப்பற்றி மட்டுமே நான் கூடுதலாக, ஆழமாக சிந்திக்க விரும்புகிறேன்... தவிர நான் கேட்கிற நேரம், கேட்பதை மட்டும் நீ கொடுத்தால் போதும்... அனாவசியமாக அலைபாய வேண்டாம்.'

புத்தர் சொல்லுவார்: கண்டுபிடி, வெளியேற்று (Identify - Drop) என்று.

மனதில் ஏற்படும் அழுக்கு எண்ணங்களை கண்டுபிடி. அதனை வெளியில் எறி. விலக்கித் தள்ளு. இப்படியே தொடர்ந்து செய்தால், மனது சுத்தமாகிவிடும். லேசாகிவிடும். தெளிவாகிவிடும்.

மாட்டு வண்டிகள் ஓடிய நேரம் ஆற்றில் தண்ணீர் எடுக்க முடியாது. காரணம், அப்போது தண்ணீர் கலங்கலாக இருக்கும். வண்டி ஓடாமல் இருக்கும் நேரம்தான் தண்ணீர் தெளிவாக இருக்கும் என்றும் சொன்னார் புத்தர்.

மனதுதான் ஆறு. பலவிதமான எண்ணங்கள்தான் ஓடுகிற வண்டிகள். மனது தெளிவடைய, ஓடுகிற வண்டிகளைத் தடுக்க முடியாவிட்டாலும் குறைத்துக்கொள்ளவாவது வேண்டுமல்லவா?

குழப்பம் ஏற்படுத்தக்கூடியவை, அலட்சியப்படுத்த வேண்டிய அல்ப விஷயங்கள் இவற்றைப் பற்றி சிந்திப்பதைத் தவிர்ப்பதும் தடுப்பதும் வேண்டும். இது போதும்; மனதில் அமைதியும் தெளிவும் தன்னால் வரும்.

[11]

யார் காரணம்?

சில ஆண்டுகளுக்கு முன் பணி செய்த நிறுவனம் ஒன்றில், என் அலுவலகத்தில் பணியாற்றியவர்களில் ஒருவர் மோகன். செயலாளராக பணியாற்றிய மோகனுக்கு வயது முப்பது. எல்லோருடனும் கலகலப்பாகப் பழகும் இயல்புடன் இருந்த மோகனுக்கு நண்பர்கள் சற்றுக் கூடுதல். தேநீர் இடைவேளை களிலும் மதிய உணவு நேரத்திலும் எங்கள் அலுவலக அறைக்குள் சில ஊழியர்கள் வருவார்கள். அவர்களில் மோகனைப் பார்க்க வருகிறவர்கள்தான் அதிகம். அவர்களுக்குள் பேசும்போது எல்லாம் 'வாடா போடா'தான். கேலி கிண்டல்தான். அப்படி மோகன் அதிக உரிமையுடன் பேசும் நபர்களில் ஒருவர் வெங்கடகிருஷ்ணன். எங்கள் அறைக்குப் பக்கத்து அறையில் அமைந்திருந்த அலுவலகத்தில் சீனியர் அசிஸ்டெண்டாக பணியாற்றிக்கொண்டிருந்தார்.

மற்றவர்களுடன் பேசுவது எப்படியோ. வெங்கடகிருஷ்ணனை மோகன், 'வாடா போடா' என்று பேசியது எனக்கு நெருடலாக இருந்தது. காரணம் மற்ற பலரும் கிட்டத்தட்ட மோகன்

வயதினர்தான். ஆனால், வெங்கடகிருஷ்ணனுக்கு குறைந்த பட்சம் வயது ஐம்பதாவது இருக்கும். பார்த்துக்கொண்டே இருந்தவன் ஒருநாள் மோகனிடன் அதைக் கேட்டேவிட்டேன்.

'வெங்கட்டுக்கா சார்? அவனுக்கு எதுக்கு சார் மரியாதை எல்லாம். சின்னப்பய சார் அவன்' என்று ஒற்றை வாக்கியத்தில் முடித்துக் கொண்டுவிட்டான் மோகன். அதற்கு மேல் கேட்கமுடியவில்லை.

வெங்கடகிருஷ்ணனை வயதின் காரணமாகத் தனித்துப் பார்ப்பதோ, அதற்காகப் பேச்சில் தனி மரியாதை காட்டுவதோ மோகனுக்கு சாத்தியமே இல்லை என்று தோன்றியது. மோகன் மட்டுமில்லை. அந்தக் கூட்டத்தில் இருந்த பலரும் ஒருவரோடு ஒருவர் எந்த வித்தியாசமும் இல்லாமல் அப்படித்தான் நடந்துகொண்டார்கள். வெங்கடகிருஷ்ணனும் அவர்களுடன் சரிக்கு சரியாய் விவாதிப்பார், பேசுவார். கிண்டல் செய்வார். சில சமயங்களில் கைப்பையை ஒளித்து வைப்பது, மூக்குக் கண்ணாடியை தட்டிவிடுவது போன்ற விளையாட்டுகளிலும் வெங்கடகிருஷ்ணன் ஈடுபடுவதைப் பார்த்திருக்கிறேன்.

நிறுவனம் தந்த சீருடைகளில் இருக்கும் அவர்கள் அனைவரும் பார்வைக்கு ஒரே போல இருந்தார்கள் என்பது தவிர, அவர்கள் பேசிக்கொண்ட விஷயங்களிலும் வேறுபாடுகள் இல்லை. ஆக, அவர்கள் எல்லோரும் ஒரே மாதிரிதான். வேறுபாடுகள் இல்லை என்று நினைத்துக்கொண்டேன்.

அதற்கடுத்து சில மாதங்களில், ஒரு ஞாயிற்றுக் கிழமை ஸ்ரீரங்கம் கோவிலுக்குக் குடும்பத்துடன் போயிருந்தேன். வெளிப் பிரகாரத்தில் நடந்து வந்தபோது, தூரத்தில் வருபவரை எங்கோ பார்த்தது போலிருந்தது. பஞ்சகச்சம் கட்டிக்கொண்டு மேல் சட்டை போடாமல் மெல்லிய துண்டு ஒன்றைப் போர்த்தியிருந்த அவர், உடன் அதேவிதமாக இருந்த சிலருடன் தீர்க்கமாக எதைப் பற்றியோ பேசிக்கொண்டிருந்தார்.

அவரை எங்கே பார்த்திருக்கிறோம் என்று சற்று நேரம் என்ன முயற்சித்தும் நினைவுக்கு வரவில்லை. பின்னர் திடீரென, அட! அவர் வேறு யாருமல்ல. அலுவலகத்தில் மோகனுடன் பேச வரும் வெங்கடகிருஷ்ணந்தான் என்று தெரிந்தது. நிறுவனத்தின் சீருடையிலேயே அவரை எப்போதும் பார்த்திருப்பதால், வேறு உடையில், அதைவிட முக்கியமாக வேறு கோலத்தில் இருந்த அவரை, சட்டென அடையாளம் தெரியவில்லை.

வேறுபாடு, (புற) உடையில் மட்டுமில்லை. எனக்கு முகத்தில் அறைந்த வேறு ஒரு முக்கிய வேற்றுமை, வெங்கடகிருஷ்ணனின் பேச்சில் இருந்த நிதானமும் சீரியஸ்நெஸும். அலுவலகத்தில், இடைவேளை நேரங்களில் உப்பு பெறாத விஷயங்களைப் பற்றி அரட்டை அடிக்கும், விளையாடும் வெங்கடகிருஷ்ணனா இவர்... நம்பமுடியவில்லை. அதற்கும் மேலாக, அவருடன் நின்று கொண்டிருந்தவர்கள், வெங்கடகிருஷ்ணன் பேச்சைக் கவனித்த விதம், அதில் அவர்கள் காட்டிய கவனம் மற்றும் மரியாதை எல்லாம் என்னை பெரிய வியப்பில் ஆழ்த்தின.

ஒருகால் இவர் வேறு நபரோ? சகோதரனோ; அல்லது இரட்டையரோ? சந்தேகம் அதிக நேரம் நீடிக்கவில்லை. அதற்குள் நாங்கள் நடந்தபடியே அவர்கள் அருகில் போய்விட்டோம். என்னைக் கவனித்துவிட்ட வெங்கடகிருஷ்ணன், பரபரப்புடன் வணக்கம் சொன்னார். பிறகு, அவர் பார்வையில் மோகனின் மேலதிகாரி அல்லவா நான்!

பதில் வணக்கம் சொல்லியபடியே நான் என் குடும்பத்தாருடன் நகர்ந்துவிட்டேன். நாங்கள் நகர்ந்ததும் அவர், அவருடைய பேச்சை விட்ட இடத்தில் இருந்து தொடர்வது என் காதில் விழுந்தது.

அவரிடம் மீண்டும் அந்த பழைய சீரியஸ்நெஸ்.

ஒரே நபர்தான். ஆனால், அவரே அலுவலகத்தில் ஒருவிதமாகவும் வெளியில் வேறு விதமாகவும் முற்றிலும் வேறுபடும் நபராக எப்படி இருக்கிறார்? அப்படியென்றால் எது உண்மையான 'அவர்'?

இரண்டும் உண்மைதான். ஸ்பிலிட் பர்சனாலிட்டி போன்றதல்ல இது. அதே வெங்கடகிருஷ்ணன், அலுவலகத்தில் வேறு ஒரு பதவியில் இருந்தால், அதன் காரணமாக வேறு சூழலில் வேறு நபர்களுடன் இருந்தால், அவர் பேச்சும் நடவடிக்கைகளும் வேறுமாதிரி இருக்கும்.

இருக்கிற இடத்தை பொறுத்து மரியாதை மாறுகிறது. இந்தவிதமாக மட்டுமல்ல. இதற்கு நேர் எதிராக நடைபெறுவதும் உண்டு. அலுவலகத்தில் மதிக்கப்படுபவராக, அதனால் கௌரவமாக நடந்துகொள்பவர்கள், வீட்டிலோ வெளியிலோ வேறு காரணங்களால் சுமாராக நடத்தப்படலாம். சுமாராக நடத்தப்படும் இடத்தில் அவர்கள் அதற்கு ஒப்ப சுமாராக நடந்துகொள்ளலாம். ஆக,

1. ஒரு நபருகே வெவ்வேறுவிதமான நடந்துகொள்ளுதல்கள் சாத்தியம்.
2. நாம் எப்படி நடந்து கொள்ளுகிறோமோ அப்படியே நடத்தப் படுகிறோம்.
3. எப்படி நடத்தப்படுகிறோமோ அப்படியே நடந்து கொள்ளுகிறோம்.
4. இருக்கும் இடம், பழகும் மனிதர்களை ஒட்டி நடத்தை மாறும் சாத்தியம் அதிகம்.
5. எல்லா இடங்களிலும் ஒரே போல நடந்துகொள்பவர்களும் உண்டு. அது அவர்கள் 'தரம்'. சுமார் என்று தெரிகிற இடங்களில் இருந்து அவர்கள் தொடக்கத்திலேயே ஒதுங்கிக் கொள்ளுகிறார்கள். அப்படிப்பட்ட நடத்துதலை அவர்கள் ஏற்க மறுக்கிறார்கள்.
6. சூழல், நடத்தையில் தாக்கம் கொடுக்க வல்லது.
7. நாம் நடத்தும் விதத்தால் மற்றவர்கள் நடத்தைகளைத் தீர்மானிக்கலாம்.

[12]

ஒரே ஒரு முறை...

பத்தாம் வகுப்பு படிக்கும் ஆனந்த் அவன் அம்மா கொடுத்து அனுப்பியிருந்த ஒரு புத்தகத்தை தலைமை ஆசிரியரிடம் கொடுக்கவேண்டும். அது அவனுடைய புத்தகப் பையில் இருக்கிறது.

அதை எடுப்பதற்காக வகுப்பறைக்குள் நுழைந்தான். மதிய உணவு இடைவேளை நேரம் அது. வகுப்புகள் தொடங்க பத்து நிமிடங்கள் இருந்ததால் வகுப்பு அறைக்குள் வேறு எவரும் இல்லை.

வேகமாக தனது பை இருக்கும் இடம் போன ஆனந்தை ஒரு செல்போன் அழைப்பு திரும்பிப்பார்க்க வைத்தது. எங்கிருந்து சத்தம் வருகிறது என்று சுற்றும் முற்றும் பார்த்தான். கடைசி பெஞ்சில், தரையில் கிடந்த கறுப்பு நிற செல்போனில் இருந்துதான் அழைப்புச் சத்தம் வந்தது. இரண்டு அழைப்புகளுக்குப் பிறகு அதுவே ஏனோ அடங்கிவிட்டது. தனது பையில் இருந்து எடுக்க வந்த புத்தகத்தை எடுத்தபடியே ஆனந்த்

மனது யோசித்தது. கீழே கிடக்கும் செல்போனை எடுத்துக்கொண்டுவிட்டால் என்ன? நாலுபக்கமும் பார்வையைச் சுழலவிட்டான். அறைக்குள் எவருமில்லை. ஜன்னல்களும் மூடித்தான் இருந்தன.

மனதுக்குள் போராட்டம் ஆரம்பமானது. எடுத்துக்கொள்வோமா, வேண்டாமா? கிட்டத்தட்ட இருபது நொடிகள் இப்படியே போயிருக்கும். அவனுக்குப் படபடப்பாக இருந்தது. ஒரு முடிவுக்கு வந்தவனாக வேகமாக நெருங்கினான். குனிந்தான், எடுத்தான். ஸ்விட்ச் ஆப் செய்தான். கால்சட்டை உள்பாக்கெட்டுக்குள் போட்டுக் கொண்டு, விறுவிறுவென்று வகுப்பறையை விட்டு வெளியேறிவிட்டான்.

அதற்கடுத்து இருபது நாட்கள் போயிருக்கும். அதே பள்ளிக்கூடம். மாலை நேரம். ஸ்பெஷல் கிளாஸுக்காக மாணவர்கள் வேறு ஒரு வகுப்பறைக்கு சென்றிருந்த நேரம். இந்த முறை, வகுப்பில் மேசை மீதிருந்த அட்டெனென்ஸ் ரெஜிஸ்தரை வகுப்பாசிரியர் எடுத்து வரச் சொல்லியிருந்தார். அதற்காக வகுப்பறைக்குள் போனான்.

எவரும் இல்லாமல் கதவு சாத்தியிருந்த அறையின் உள்ளே போன ஆனந்த் கண்ணில், அது என்ன விநோதமோ, இன்னோரு செல்போனா படும்? பட்டது. இந்த முறை ஒரு மாணவனின் புத்தகப் பைக்கு வெளியே தெரியுமாறு இருந்தது ஒரு பளபளக்கும் புதிய செல்போன்.

போன முறை எடுத்த செல்போனால் எந்த தொந்தரவும் வரவில்லை. மீண்டும் இன்னொரு போன் கண்ணில் படுகிறதே! 'சுற்றிலும் எவருமில்லை' என்று யோசித்தான். மீண்டும் அவன் மனதுக்குள் போராட்டம்தான். எடுத்துக்கொள்வோமா, வேண்டாமா?

மனப்போராட்டம் தடுமாற்றம் போன முறை போலவேதான். ஆனால் ஒரு சின்ன வித்தியாசம். போன முறை அவன் மனது தடுமாறியது 20 வினாடிகள். இந்த முறை பத்தாவது வினாடியிலேயே, எடுக்கலாம் என்ற முடிவுக்கு வந்துவிட்டான்.

அடுத்த முறை இவ்வளவு நேரம் கூட ஆகாது. அதற்கும் அடுத்து, அவன் அப்படிப்பட்ட ஒரு வாய்ப்புக்காகக் காத்திருக்கவும் வாய்ப்பை எதிர்பார்க்கவும் கூடச் செய்யலாம்.

ஆனந்த் இப்படி மாறிவிட்டான். அவன் இந்த வலையில் விழாமல் இருந்திருக்கலாம். முதல் முறையே வேண்டாம் என்று முடிவெடுத்திருந்தால். முதல்முறை செய்யாமல் இருந்திருந்தால்!

ஆனந்தின் தற்போதைய மனநிலை என்ன? 'இதெல்லாம் தவறு இல்லை' என்பதுதான்.

அவனை அந்த நிலைக்கு வேறு எவரும் இட்டுச் செல்லவில்லை. ஒன்றைச் தற்செயலாகச் செய்தான். அதனால் பெரிய பாதகம் வரவில்லை. அடுத்த முறை அதிக நேரம் யோசிக்கவில்லை; தடுமாறவில்லை. செய்தான். அதன்பிறகு அந்த செயல் தவறு என்கிற நினைப்பே அவனிடம் வரவில்லை.

காரணம், அது அவனுக்கு மரத்துப்போய்விட்டது. நதியில் ஓடும் ஒரே நீரில் இரண்டு முறை கால் வைக்க முடியாது என்பார்கள். காரணம் நதி/தண்ணீர் வேகமாக ஓடுகிறது. அதே தண்ணீரின் மீது மற்றொருமுறை கால்வைக்க முடியாது. அது ஓடி விட்டிருக்கும். மீண்டும் காலை விட்டால் அது வேறு தண்ணீர் மீதுதான் படும்.

முதல் முறை செய்வதற்கும் அடுத்த அடுத்த முறை செய்வதற்கும் எல்லாவற்றிலுமே வேறுபாடு உண்டு.

ஒருவர் காரம் விரும்பிச் சாப்பிடுகிறார். அடுத்த அடுத்த முறைகளில் கூடுதல் காரம் உள்ள மிளகாயைத் தேடி அதிகம் சாப்பிடுகிறார். இப்படியே தொடர்ந்து சாப்பிட, மற்றவர்களால் தாங்க முடியாத அளவு காரத்தை அவரால் சிரமம் இன்றி சாப்பிட முடிகிறது. தவிர, அவர் சாப்பிடும் மிளகாயின் அளவு, அவர் உடல் நலத்துக்கு கேடு விளைவிக்கும் என்பது அவருக்கு உரைக்காமலும் போகிறது.

தவறுகளை முதல் முறை செய்யும் போது எவர் மனதும் அச்சப்படும். பதற்றமாக இருக்கும். செய்யவேண்டாம் என்ற தயக்கம் வரும். ஆனால், எல்லாம் முதல் முறைதான். செல்போன் எடுத்தவன் கதைபோல, அடுத்த முறை, அந்த செயலுக்கு மனது கட்டும் எதிர்ப்பு குறைந்துபோகும். மூன்றாம் நான்காம் முறைகள் அந்தச் செயல் தவறாகத் தெரியாமலே போய்விடும்.

தான் செய்வது குற்றம் என்று தெரியாதது மட்டுமல்ல; மனது அதற்கு நியாயம் கற்பிக்கவும் செய்யும்.

'எடுத்தால் என்ன? நான் என்ன தேடிப்போயா திருடினேன்? யார் அந்த மாணவனை பள்ளிக்கு செல்போன் எடுத்து வரச் சொன்னது? எடுத்து வந்ததைப் பாதுகாப்பாக வைத்துக்கொள்ளவேண்டும் அல்லவா? வைத்துக்கொள்ளாதது அவன் தவறுதானே! அவன் அப்பா எப்படி பணம் சம்பாதிக்கிறார் என்று தெரியாதா? நியாயமாகவா சம்பாதிக்கிறார்! இதெல்லாம் அவனுக்கு ஒரு பிரச்னையே இல்லை. நான் கூடத்தான் என் ஜியாமிட்ரி பாக்ஸைத் தொலைத்திருக்கிறேன்.'

இப்படியெல்லாம் யோசிக்கும், நியாயப்படுத்தும், பொல்லாத மனது. ஆனந்தும் செல்போனும் உதாரணங்கள்தான். வாழ்க்கையில் இப்படி வெவ்வேறு 'செல்போன்கள்' வரும் போகும்.

'டேய் ஒரே ஒரு ஸிப் டா... எனக்காக ஒரு ஒருநாள் மட்டும்...'

'இன்றைக்கு பிறந்த நாள்... அதனால இன்றைக்கு மட்டும்...'

'எனக்காக சும்மா இதைச் செய்யக்கூடாதா? சும்மா டிரை பண்ணிப் பாரு... பிடிக்கலையின்னா, விட்டுவிடு...'

'ஒரே ஒரு முறை செய்வோம்... லம்பா அடிச்சிட்டு, அதோட விட்டுவிடுவோம்...'

'நாமா தேடினோம்... அதுவா கிடைக்குது... ஒரே ஒரு வாட்டி...'

மனதோடு ஒரு சிட்டிங் | 69

அழைப்புகள் இப்படித்தான் வரும். தூண்டிகள் வீசப்படும். மறுப்பதற்குத்தான் தைரியம் வேண்டும்.

ஒருவர் முடிவுகள் எடுப்பது மனதால்தான். மனது அதனிடம் இருக்கிற தகவல்களை அலசி ஆராய்ந்து முடிவுக்கு வருகிறது. மனதுக்குப் பல திறன்கள் உண்டு. இதற்குப் படிப்பு, அனுபவம் முதலியவை தேவையில்லை. 'இதுவரை உலகம் பெற்றுள்ள எல்லா அறிவும் மனதில் இருந்து வந்ததே. பிரபஞ்சத்தின் எல்லையற்ற நூற்களஞ்சியம் உங்கள் சொந்த மனதுக்குள்ளேயே இருக்கிறது. புற உலகம் நீங்கள் உங்கள் மனதை ஆராய்வதற்காக அமைந்த வெறும் ஒரு தூண்டுகோல், ஒரு வாய்பு மட்டுமே. ஆனால் நீங்கள் ஆராயப்போகும் பொருளும் உங்கள் மனதுதான்'.

மனதைப் பற்றி இப்படிச் சொன்னது சுவாமி விவேகானந்தர். முதல் முறை எதிர்க்கிற வலுவுடன் மனதால் அடுத்த அடுத்த முறைகள் எதிர்க்க முடியாது. மனது பாவம் வேறுவழியின்றி அதன் பக்கம் சாய்ந்துவிடும். கட்சி மாறிவிடும். ஆக, ஒரு முறைகூட சிலவற்றைச் செய்யக்கூடாது என்பதுதான் தகவல்.

[13]
மனதைக் கழுவி...

வெளியில் போய்விட்டு வந்தால் என்ன செய்வோம்? கைகால் கழுவுவோம். ஏன் கழுவவேண்டும் என்று கேட்டால், 'வெளியில் எவ்வளவோ இடங்களுக்குப் போகிறோம். எதை எதையோ தொடுகிறோம். அவற்றில் கிருமிகள் இருக்கலாம். அதனால் தொற்று நோய்கள் வரலாம். சுத்தம் செய்துகொள்ளுவதுதானே சரி' என்று பதில் வரும்.

சிலர் அப்படிச் செய்வதில்லைதான். ஆனால் அவர்கள் கூட, எதையாவது தெருவில் தெரியாமல் மிதித்துவிட்டால் என்ன செய்வார்கள்? சேறு அல்லது குப்பை அல்லது துர்நாற்றம் தரும் வேறு எதுவோ. என்ன செய்வார்கள்? அப்படியே விடுவார்களா? வைத்துக்கொள்வார்களா? கழுவி அகற்றுவார்கள்தானே? 'ஏன் அப்படிச் செய்கிறீர்கள்? விட்டுவிடலாமே!' என்று அவர்களிடம் சொன்னால் என்ன பதில் சொல்வார்கள்?

பதிலா சொல்லுவார்கள்? கோபிப்பார்கள் அல்லது சிரிப்பார்கள் இல்லையா? சோப்புப் போட்டு, தேய்த்து கழுவி

சுத்தப்படுத்திக்கொள்ளாமல் விடமாட்டார்கள். அது அவர்களுடைய கால். அதில் ஏன் சிரமம் தரும் ஏதோ ஒன்று ஒட்டியிருக்க வேண்டும்என்று யோசிப்பார்கள். விடமாட்டார்கள். நியாயமான செயல்தான்.

நிகழ்ச்சி ஒன்றில் கலந்து கொள்ளுவதற்காக கோயம்புத்தூருக்குப் போயிருந்தேன். நண்பகலிலேயே நிகழ்ச்சி முடிந்துவிடும் என்பதால் மாலை மூன்று இருபதுக்கு கிளம்பும் டொரண்டோ ரயிலில் முன்பதிவு செய்திருந்தேன்.

திட்டமிட்டபடி நிகழ்ச்சி 11.30க்கு முடிந்துவிட்டது. இடையில் ஒருவர் வந்தார். ரயிலுக்கு இன்னும் மூன்று மணி நேரத்துக்கும் மேலாக இருக்கிறது. எங்கள் அலுவலகத்துக்கு வாருங்கள் என்றார். தயங்கினால் விடவில்லை. போக நாற்பது நிமிடம் வர நாற்பது நிமிடம்தான் என்றார்.

கிளம்பிய நேரம் முதல் திரும்ப கொண்டுவந்துவிடுகிற வரை எல்லாவற்றிலும் குளறுபடிகள். அவர் அலுவலகத்துக்குப் போய்ச் சேரவே மதியம் மணி இரண்டு ஆகிவிட்டது. அவ்வளவு தூரம்.

அறைக்குப் போகாமல், நேரடியாக ரயில் நிலையம் போய் வண்டி ஏறுவதாக என் பயணத் திட்டத்தை மாற்றினேன். அவர் அலுவலகத்தில் இருந்தபடியே வேறு ஒருவருக்கு போன் செய்து, ஓட்டல் அறையைக் காலி செய்து என் பெட்டியை ரயில் நிலையம் எடுத்துவர ஏற்பாடு செய்தேன். வேகவேகமாய் ரயில் நிலையம் வருகையில் மணி 3.22. என்ன காரணத்தாலோ அன்று அந்த ரயில் நேரத்துக்கு கிளம்பியிருக்கவில்லை. நான் ஏறிய பிறகு, 3.30 மணிக்குத்தான் கிளம்பியது.

வருத்தம் தெரிவித்துவிட்டு அவர் போய்விட்டார். 'என்ன இது! இவ்வளவு தடுமாறச் செய்துவிட்டாரே! அவர் வீட்டின் தூரத்தைக் கூட அவர் சரியாகத் தெரிந்துவைத்திருக்கவில்லையே. காரை இப்படி விரட்டிக்கொண்டு வருமாறு செய்துவிட்டாரே' என்று வருத்தமாக இருந்தது. வருத்தம் மனதுக்குள் மெள்ள மெள்ள வியாபிக்க ஆரம்பித்தது.

உடன் ஒரு சிந்தனை. 'அது சரி. நடந்தது நடந்துவிட்டது. நாம்தான் ரயில் ஏறிவிட்டோமே. பிறகு என்ன! அதை இவ்வளவு சிந்திக்க வேண்டுமா என்ன? வருத்தத்தைக் கழுவிவிட்டுவிட்டால் போயிற்று' என்று தோன்றியது.

உடனே அதை நடைமுறையில் செய்தேன். அட! அப்படிச் செய்து சற்று நேரம் கூட ஆகவில்லை. உடனடியாக மனம் அமைதியானது. அதன் காரணமாக, அடுத்த ஆறுமணி நேர பகல்நேரப் பயணத்தில் என்ன செய்யலாம் என்று திட்டமிட்டிருந்தேனோ அதைச் செய்ய முடிந்தது. பயணம் பயனுள்ள பொழுதானது.

செய்ய உதவியது, அந்தக் கழுவல்தான். ஆமாம், புற உறுப்புகளில் படுபவற்றைக் கழுவி அகற்றுவது போல, மனதில் உருவாகும் சங்கடம் தரும் எண்ணங்களையும் முயன்றால் அகற்றிவிடலாம். துடைத்துத் தூர எறிந்துவிடலாம். அதோடு போய்விடும்.

மாறாக அவற்றைத் தூக்கிச் சுமந்தால் நமக்குத்தான் பாரம். அதற்குக் கொஞ்சம் தெளிவு இருந்தால் போதும். அவர் ஏன் அப்படிச் செய்தார்? வேறு என்ன, அன்பு மிகுதியால்தான்; இதை யோசித்து என்ன பயன்? ஒன்றும் இல்லை. இதே மாதிரி இன்னொருமுறை நடக்கவா போகிறது; என்றெல்லாம் புரிந்துகொண்டால் போதும். விட்டுவிடமுடியும்.

படுகிறவற்றை, ஒட்டிக்கொள்ளுபவற்றை துடைக்கலாம், அகற்றலாம். ஆனால், பட்டது காயம் என்றால்? சுட்டது சுடு சொல்லால் என்றால்? ஏற்பட்டிருப்பது ரணம் என்றால் என்ன செய்வது?

உடம்பில் காயம்பட்டால் துடைத்து மருந்து போட்டு ஆற்றுகிறோம். மனதில் காயம்பட்டாலும் அப்படித்தான். வேறு வழி கிடையாது. ஆனால் அப்படிச் செய்யவேண்டும் என்பதோ, அதை எப்படிச் செய்யவேண்டும் என்பதோ எல்லோருக்கும் தெரியாது.

காயத்தைச் சரி செய்வதில் முதல் வேலை, அதைத் துடைப்பதுதான். 'யாரும் தொடவேண்டாம். எனக்கு வலிக்கும்' என்று புண்ணைக் கைகளால் மூடிக்கொள்ளும் குழந்தைகள் போல, அதைப்பற்றி எவரிடமும் பேசாமல் இருந்தால்? அல்லது, நடந்தது என்ன என்று ஆராய்ந்து பார்க்காமல் விட்டால்?

எந்த நிகழ்வைப்பற்றிய வருத்தத்திலும் கோபத்திலும் இரண்டு விஷயங்கள் கலந்திருக்கின்றன. ஒன்று, நிகழ்ந்தது. அதை fact அல்லது data அல்லது factual என்று சொல்லலாம்.

இரண்டாவது, அதைப்பற்றிய நம் எண்ணம். அது மகிழ்ச்சியோ வருத்தமோ ஆர்வமோ ஆசையோ அச்சமோ எதுவாகவும் இருக்கலாம். முதலாவது நிஜம். இரண்டாவது, அந்த நிகழ்வை பற்றி நம் மனம் கொடுக்கும் அறிக்கை. அறிக்கை எப்படியும் இருக்கலாம். அறிக்கையைத் தயாரிப்பது நம் மனதுதான். அதைக் கொஞ்சம் பரிசீலிக்க வேண்டும். நான் ரயிலில் செய்ததைப் போல.

அழுதுகொண்டேயிருக்கும் குழந்தையைப் பார்த்து, 'சரி விடு. அந்தப் பிள்ளை வேண்டும் என்றா செய்தது? அழுகையை நிறுத்து' என்று அதட்டுவதைப் போல. நாமே நம் மனதை அதட்டலாம். நடந்து முடிந்ததையே நினைத்துக்கொண்டிருக்க வேண்டாம் என்று சொல்லிக்கொள்ளலாம்.

இப்படிப்பட்ட நம்மோடு நாமே செய்யும் 'உள்மன உரையாடல்' எவருக்கும் சாத்தியம்தான். தொடக்கத்தில் செயற்கையாக, செய்ய முடியாதாகத் தோன்றக்கூடும். ஆனால், பழகப் பழக சுலபமாகிவிடும். இந்த உரையாடல்தான் காயத்தைத் துடைப்பது, மருந்து போடுவது. கத்தி போட்டு காயத்தைக் கிளறுவதும் இப்படிப்பட்ட தனக்குத்தானே செய்து கொள்ளும் உரையாடல்கள்தான். அதனால், மனதுக்கு என்ன சொல்லுகிறோம் என்பதில் இருக்கிறது சூட்சமம். வீட்டில் நடந்த பெரிய துக்க சம்பவத்துக்குப் பிறகு, உடனடியாகச் சிலரால் செயல்பட முடிவதற்கு இதுதான் காரணம்.

சரியாகச் செய்த மாத்திரத்தில் கிடைக்கும் அமைதியும் நிம்மதியும் அலாதியானவை. அனுபவித்தவர்கள் விடமாட்டார்கள்.

வெளியில் சென்றுவிட்டு வீட்டுக்குள் வரும்போது கைகால் அலம்பிக்கொள்ளுவது போல, மனதில் ஆசை, ஆர்வம் காரணங்களினால் எழும் தவறான தீய எண்ணங்களை, நல்ல எண்ணங்களால் கழுவி விடவேண்டும்.

குறிப்பாக, எதையோ மிதித்துக்கொண்டு விட்டால், அந்தக் குறிப்பிட்ட இடத்தைத் தேய்த்துக் கழுவதுபோல, அந்த நபர் அல்லது நிகழ்வு பற்றி, உணர்வை நீக்கி யோசித்து, அதை நீக்கவேண்டும்.

எவராலோ எதனாலோ சங்கடம் ஏற்பட்டுவிட்டால், அதைப்பற்றி சற்று ஆழமாக, அறிவுப்பூர்வமாக ஆராய்ந்து, உணர்வை விலக்கி யோசித்துவிட்டு, அந்த வருத்தத்தையும் துடைத்து எறிய வேண்டும்.

மொத்தத்தில், மனதை சுத்தப்படுத்திக்கொண்டே இருக்க வேண்டும்.

[14]
மனசுக்கு வைத்தியம்

வீட்டில் இருக்கிறோம். வேறு எவரும் இல்லை. படுத்துக் கொண்டிருக்கிறோம். தூக்கமும் வரவில்லை. மனது லேசாக இருக்கிறது. என்ன செய்யும்?

அன்று பகலில் நடந்த எதோ ஒன்றைப் பற்றி அசைபோடலாமே என்று சொல்லலாம். சும்மா இருக்கும் நேரம் எதோ ஒரு புத்தகத்தினைத் தேடி எடுத்து புரட்டிப் பார்ப்பது போலதான் இதுவும். விருப்பமான ஒன்றை, அல்லது முக்கியமான ஒன்றைப் பற்றி இன்னும் கொஞ்சம் கூடுதலாக யோசிக்கலாமே என்று மனதே யோசனை சொல்லும்.

புத்தகத்தைப் பிரித்து வைத்துக்கொள்ளுவது போல, நடந்த நிகழ்வை மறு ஓட்டம் (ரீப்ளே) செய்யும். நாம் அதனை ஒரு பார்வையாளரைப் போல பார்க்க ஆரம்பிப்போம். பின்பு ஒரு ரசிகரைப் போலவோ, விமரிசகரைப் போலவோ அந்த நிகழ்வினைப் பற்றி கருத்துகள் மனதுக்குள்ளே உருவாகத் துவங்கும்.

அசை போடப்படும் சம்பவம், நிகழ்வு எப்படிப்பட்டதாக இருக்கும்? எப்படிபட்டதாகவும் இருக்கலாம். மகிழ்ச்சி தருவதாகவோ வருத்தம் தருவதாகவோ. ஆனால், அது நம்மைப் பாதித்ததாகவே இருக்கும்.

நம்மை மற்றவர்கள் பாராட்டியது, நமக்கு முக்கியத்துவம் கொடுத்தது, நம் மீது அன்பு காட்டியது, நமக்கு வாய்ப்புகள் உருவாக்கித் தருவதாகச் சொல்லியது, நம் நலன் பற்றி விசாரித்தது என்பது போல நமக்கு மகிழ்ச்சி தரும் ஒன்றாக இருக்கலாம். அல்லது, நம்மை எவரும் சங்கடப்படுத்தியது, காயப்படுத்தியது, எதிர்த்தது, கேலி செய்தது அல்லது வாய்ப்புகளைக் கெடுத்தது போல மனவருத்தம் ஏற்படுத்தியவையாக இருக்கலாம்.

நிகழ்ந்த நேரம் சம்பவத்தில் இருந்ததால் அதனைப்பற்றி அதிகம் யோசிக்க முடியாமல் போயிருக்கும். ஆனால், அதன்பின் மனது அதனை எலும்புத்துண்டைத் தூக்கிவந்து விடாமல் கடிக்கும் செல்லப் பிராணியைப் போல மறு முறை ஓட்டிப்பார்க்கும்.

ஒவ்வொருமுறை அதை மறுபார்வை பார்க்கும் போதும் அந்த நிகழ்வுக்கு, உரையாடலுக்கு அதற்கு புதுப்புது அர்த்தங்கள் கண்டுபிடிக்கும். அவற்றைப் பற்றி மேலும் சில கருத்துகளையும் அதுவே உருவாக்கிக்கொள்ளும்.

‘அந்த அம்மாள்தான் எவ்வளவு நல்லவர்! எவ்வளவு பிரியமாக பேசினார். விடவேயில்லையே!’

‘அவன் எப்போதுமே இப்படித்தான். எதைச் சொன்னாம் மறுத்துப் பேசுவான். மட்டம் தட்டுவான். மோசமானவன்’.

‘முதல்நாளே அமோக விற்பனையாக இருக்கிறதே; போகபோக இன்னும் கூட்டம் வரும் என்றார்களே!’

‘பார்த்தும் பார்க்காதது போல போனது மட்டுமல்ல, வலிய பெயர் சொல்லிக் கூப்பிட்டதற்கும் அவன் திரும்பிப் பார்க்கவில்லையே. நாம் என்றால் அவனுக்கு அவ்வளவு இளக்காரம்.’

‘முதல் மரியாதை நமக்குத்தானே செய்தார்கள்’.

‘வெறும் ஆயிரம் ரூபாய் தருகிறானே, இவன் நம்மைப் பற்றி என்னதான் நினைத்துக்கொண்டிருக்கிறான்!’

‘அவ்வளவு பெரிய கூட்டத்திலும் நாம் தானே எடுப்பாகத் தெரிந்தோம் என்று லதா சொன்னாள். சிகப்பு பட்டு சேலை நமக்கு நன்றாகத்தான் இருக்கிறது!’

நிகழ்வுகள் மீது மனதால் உருவாக்கப்படும் கருத்துகள் மனதின் சுவர்களில் எழுதப்படுகின்றன. மீண்டும் மீண்டும் ஒரே போல எழுதப்படுபவை அழுத்தம் பெற்று கல்லில் உளிகொண்டு ஆழமாகப் பொறிக்கப்பட்டது போல ஆகிவிடுகின்றன. அதனால் அவற்றை நாம் முழுவதாக நம்பத் துவங்கி விடுகிறோம்.

நம்மைப்பற்றி பெருமையாக மற்றவர்கள் சொல்பவை பற்றி மனது யோசிப்பது, செய்து கொள்ளுகிற பதிவுகள் எல்லாம், நமது ஈகோ என்கிற பலூனில் காற்று அடைத்துக் கொண்டே இருக்கின்றன. 'நான்' என்ற ஈகோ பலூன் பெருத்துக் கொண்டேபோகிறது. எவர் எவரோ சைக்கிள் டியூபுக்கு அடிபம்பு மூலம் காத்தடிப்பதுபோல, 'புஸ் புஸ்' என்று, 'நீங்கள் இப்படி, அப்படி', 'உங்களைப் போல உண்டா?' என்பன போல 'ஏற்றி விட்டுக்கொண்டே' இருக்கிறார்கள்.

அதேபோல நம்மைப்பற்றிய குறைவான மதிப்பீடுகளும் மற்றவர்கள் சொல்லிய கருத்துகளும் செய்த அவமரியாதைகளும் கூட அப்படியே மனதால் ஏற்றுக்கொள்ளப்பட்டு, பதிவு செய்யப்பட்டால், அவையும் கூட மனதுக்குள்ளே நம்முடைய உருவத்தினை வரைகிறது. ஒரு வடிவம் கொடுக்கிறது. அதுவே தாழ்வுமனப்பான்மையாக உருப்பெருகிறது.

எது தொடர்ந்து எழுதப்படுகிறதோ அதன் அழுத்தம் அதிகம். அதனை மாற்றுவது கடினம்.

'நான் நன்றாகவே இருக்கிறேன். எனக்கு ஒரு குறையும் இல்லை...

எனக்கு எதுவும் சரியாக வாய்க்கவில்லை. நான் நிரந்தர துரதிஷ்டசாலி...

என்னால் முடியும்... என்னால் ஆகாது...'

எது ஆழமாக பதியவைக்கப்படுகிறதோ, அதுவே அவரது வாழ்க்கை வழிகாட்டி ஆகிவிடுகிறது. அந்தக் 'கண்ணாடி' வழியாகவே அவர் எல்லாவற்றையும் பார்க்கிறார். அதற்கு ஒப்பவே செயல்படுகிறார்.

பதிய வைப்பது அவரது மனதுதான். நிகழ்வுகளின் மீது மனது உருவாக்கிக் கொள்ளும் கருத்துகளே அவரது நம்பிக்கை ஆகிவிடுகிறது.

'எனக்குக் கிடைப்பது குறைவு... என்னை எல்லோரும் ஏமாற்றுகிறார்கள்...

என்னை நன்றாக வைத்திருக்கிறார்கள்... நான் பெறுவது சிறப்பானது...

என் மீது எவருக்கும் அக்கறை இல்லை... நான் என்றால் அவர்களுக்கு எல்லாம் உயிர்...'

சாதாரணமாக இருக்கிற, வருகிற எண்ணங்களுக்கும் இப்படி வலு ஏற்றப்பட்ட எண்ணங்களுக்கும் இடையே வேறுபாடுகள் உண்டு. தற்காலிகமாக ஏற்பட்ட எண்ணங்களை மாற்றிவிடலாம். தண்ணீரில் எழுதப்பட்டதைப் போன்றவை அவை.

தண்ணீர் மாறியதில் லேசான இருமல் வந்தால், பெரிய வைத்தியத்தையோ மருந்தையோ தேடவேண்டாம். உப்புகலந்த வெந்நீரை ஒருமுறை கொப்பளித்தால்கூட போதும். ஆனால், நாள்பட்ட தொண்டைப் புண்ணுக்கு மருந்துகள் வேண்டுமே. இல்லாவிட்டால் நடக்குமா?

நாள் பட்ட எண்ணங்களை மாற்றவும் இப்படிப்பட்ட தீவிர முயற்சிகள் தேவைப்படும். மனதுக்கும் வைத்தியம் செய்ய வேண்டும். சும்மா வெறுமனே, 'இல்லை விட்டு விடு'. 'அப்படி இல்லை. நினைப்பை மாற்றிக்கொள்' என்றெல்லாம் சொன்னால் போதாது. மாற்றம் வராது. கருத்துகள் மாறிவிடாது.

சில ஆழமாக பதிந்த எண்ணங்களை, அபிப்பிராயங்களை மாற்ற, அறுவை சிகிச்சைகூடத் தேவைப்படும். இந்த அறுவை சிகிச்சையிலும் கத்தி உண்டு. அறுப்பதும் உண்டு. ஆனால் எல்லாம் வார்த்தைக் கத்திகள், வாள்கள்.

ஆழமாக புதைந்துவிட்ட கல்லைப் பெயர்க்க, கடப்பாறை கொண்டு குத்துவது போல, வார்த்தைகளால் அடிக்க வேண்டும். கூரான கேள்விக்கணைகள் தொடுக்கவேண்டும். கேட்பவரை அதிர்விக்க வேண்டும், யோசிக்கவைக்க வேண்டும்.

'யார் சொன்னது. உன்னை விட்டால் வேறு ஆள் கிடையாதா? உன்னைப் போ என்று சொல்லிவிட்டு வேறு ஒருவரை அந்த இடத்தில் வைக்க முடியாதா? அவர்களுக்கு ஆள் கிடைக்காதா? ஊரில் உன்னை விட்டால் இந்த வேலை செய்ய வேறு ஆள் கிடைக்காதா?'

'உன்னைப்பற்றி அவன் ஏன் இப்படி சொல்லவேண்டும்? அவனுக்கு என்ன ஆதாயம்? அவன் இப்படிச் சொன்னான் என்று உனக்கு யார் சொல்கிறார்கள். அவர்களின் நோக்கம் என்ன? உன்

நலமா? அல்லது உன்னிடம் நல்ல பெயர் எடுத்துக்கொண்டு அவன் இடத்தை பிடிக்கவேண்டும் என்கிற சூழ்ச்சியா?'

'நீ அழகுதான். ஆனால் நீ மட்டும்தான் அழகா? உன்னைவிட அழகானவர்கள் இல்லையா? புற அழகு மட்டும்தான் அழகா? அழகு என்ன ஒரு பெரிய சாதனையா?'

'அவன் உன்னை அழைக்காவிட்டால் என்ன? நீ போ. உனக்கு உரிமை இல்லையா? நீ போனால் ஏன் வந்தாய் என்று எவரும் கேட்க முடியுமா? அவன் அழைத்துதான் நீ போகவேண்டுமா?'

'உன்னால் முடியாது என்று எப்படி முடிவுக்கு வந்தாய்? உன்னை விட சாதாரணமானவர்கள் இவற்றை எல்லாம் செய்யவில்லையா? நீ முயன்று பார்த்திருக்கிறாயா? தோற்றால் கேவலம் என்று எண்ணுகிறாயா? என்னதான் உன் பிரச்னை. பேசு. வெளிப்படையாக விவாதி. எடு. செய். முடிகிறதா இல்லையா என்று பார்த்துவிடுவோம்.'

சம்மட்டியால் அடிப்பது போல, ஆழமாகப் பதிந்துவிட்ட எண்ணங்களை அடிக்கவேண்டும். மோத வேண்டும். பாசி படிந்த எண்ணங்களை அமிலம் ஊற்றித்தான் தேய்த்துக் கழுவ வேண்டும்.

ஆரம்பத்தில் பஞ்சு போன்ற மென்மையாக வரும் எண்ணங்கள், பின்பு ஈரம் கலந்து வலுப்பெறும் கருமேகம் போன்ற எண்ணங்கள். மழையாய் பொழிந்துபின், பனிகட்டியாக கூட இறுகிவிடும் எண்ணங்கள்.

அவரவரேயும் செய்துகொள்ளலாம். நலம் விரும்பிகள் உதவியுடனும் செய்துகொள்ளலாம். எப்படியும் கட்டிபட்டுவிட்ட தவறான அபிப்பிராயங்களை, கருத்துகளை அழிக்கத்தான் வேண்டும்.

[15]

மனதோடு ஒரு சிட்டிங்

வெளியூரில் இருந்து உறவினர் ஒருவர் வந்திருந்தார். கல்லூரியில் பேராசிரியராகப் பணியாற்றுபவர். பலவற்றிலும் ஆர்வம் உடையவர்.

நான் சந்திக்க வேண்டிய நபரைப் பார்ப்பதற்காகக் கிளம்பினேன். உடன் வருகிறேன் என்றார். சரி என்றேன். எதைப் பற்றிய சந்திப்பு என்று கேட்டார். சொன்னேன். அதன் பிறகு அந்த சந்திப்பின் போது, நான் எப்படியெல்லாம் பேசலாம் என்று சொல்ல ஆரம்பித்துவிட்டார். வழியெல்லாம் பேசினார். நிறைய ஆலோசனைகள் சொன்னார்.

மொத்தத்தில் அவர் என்னை யோசிக்கவே விடவில்லை. போய் இறங்க வேண்டிய இடம் நெருக்கத்தில் வர, நான் வண்டியை ஓரம் கட்டி நிறுத்தினேன். 'சரி என்ன சொல்ல வருகிறீர்கள்?' என்று கேட்டேன். சொன்னார். கேட்டுக் கொண்டேன். 'நன்றி. நீங்கள் சொன்னதை கேட்டாயிற்று. இனி நான் பார்த்துக்கொள்கிறேன்' என்றேன். ஒப்புக்கொண்டார். சிரமப்பட்டு பேசாமல் வந்தார்.

எங்கள் சந்திப்பு நல்லபடியாக முடிந்தது. திரும்பி வரும் வழியில் யோசித்துப் பார்த்தேன். ஒருகால் நான் உடன் வந்த உறவினரிடம் அப்படி அவரிடம் தெளிவாகச் சொல்லி கேட்டுக்கொண்டிரா விட்டால் என்ன ஆகியிருக்கும்? அவர் நான் சந்தித்த நபருடன் உரையாடிய போதும் குறுக்கிட்டு அவரது கருத்துகளைச் சொல்லியிருப்பார். இரண்டுப்பேர் சந்திப்பில் மூன்றாவது நபரின் கருத்துகளாக அவை வந்து விழுந்திருக்கும். உரையாடல் சரியாக போயிருக்காது. நன்மையில் முடிந்திருக்காது.

மூன்றாவது நபர்கள் மட்டுமல்ல. பலசமயங்களில் தெளிவான முடிவோடு போகாவிட்டால், தனியாகப் போனால் கூட இப்படித்தான் நேரும். மனதுக்குள் குழப்பம் ஏற்படும்.

உள்ளிருந்து, இருக்கும் வெவ்வேறு தேவைகள், வாய்ப்புகள் பற்றியெல்லாம் எச்சரிக்கைகள் வந்துகொண்டேயிருக்கும். அதனால், பேசுவதையோ செய்வதையோ உறுதியாக செய்ய முடியாது. சரியா இல்லையா என்பது போன்ற சந்தேகத்துடனேயே, போதுமா போதாதா என்கிற தயக்கத்துடனேயே செய்யவேண்டிவரும்.

சிலர் பிரச்னையே இப்படிப்பட்ட தொடரும் சிந்தனைகள்தான். அவையும் தெளிவாக இருக்காது. அவ்வபோது சின்னச் சின்னதாய் வரும், நின்றுவிடும். பின் சிறிது நேரம் கழித்து மீண்டும் அதை ஒட்டியே மற்றுமொரு யோசனை வரும். மனம் அல்லாடும்.

சிலரைப் பற்றி இப்படிச் சொல்லுவார்கள். 'அவர் வாரம் 5 நாட்கள் சிரத்தையுடன் வேலை செய்வார். வேலையின் போது வேலையின் மீது மட்டுமே கவனமாக இருப்பார். பின்பு 2 நாட்கள் வார விடுமுறை எடுப்பார். அந்த நாட்களில் வேலையைப் பற்றி நினைக்கமாட்டார். வீட்டில் முழுமையாக இருப்பார்' என்று சொல்வார்கள். வேலை நேரத்தில் வேலை. விடுமுறையில் மற்றவை. இரண்டும் தனித்தனி. ஒன்று முடிந்துவிட்டால்தான் அடுத்தது. அடுத்தது ஆரம்பித்துவிட்டால் முன்னது கிடையாது.

ஏதோ ஒரு இனம் புரியாத பயம் என்பார்கள். என்னவோ சங்கடமாகவே இருக்கிறது என்பார்கள். அடிமனத்தில் மெலிதாய் ஓடிக்கொண்டேயிருக்கும் யோசனைகளால் பலன் இல்லை. அவற்றால் தொந்தரவுதான். செய்வதில் முழுமையாக ஈடுபட முடியாது. 100% கொடுக்க இயலாது. அல்லது செய்வதை

உறுதியாக நிறுத்தவும் முடியாது. உடன் வந்த உறவினர் போலதான் சிலர் மனதும். அடித்துக் கொண்டு பெய்துவிட்டு, பின் வெட்டெரிக்கும் வானம் போலில்லாமல், நச நசவென்று தூறிக்கொண்டேயிருக்கும் வானம் போல முடிவே வராமல், முழுவதாக இல்லாமல் ஆனால் யோசனைகள் வந்து கொண்டேயிருக்கும்.

அலைபாய்கிற மனதைப் பிடித்து இழுத்து, நிறுத்தி, 'ஏய் நீ என்ன சொல்ல வருகிறாய்? முழுமையாகச் சொல். கேட்டுக் கொள்கிறேன். நீ சொல்லுவதையும் கணக்கில் வைத்து முடிவு செய்கிறேன். அதோடு விட்டுவிடவேண்டும். பிறகு, சும்மா முணுமுணு என்று எதையாவது சொல்லிக்கொண்டிருக்கக் கூடாது என்று சொல்ல வேண்டும்.

கலந்து ஆலோசிக்க தலைவர்கள் கூட்டம் கூட்டுவது போல, அந்த அமர்வில் முழுமையாக பல கோணங்களில் இருந்தும் ஆராயலாம். தெளிவான ஒரு முடிவுக்கு வந்த பின் நெட்டையோ குட்டையோ, அதைப்பற்றி யோசிக்க வருத்தப்பட வேண்டிய தில்லை. அதன் தாக்கம்தான் தெரியுமே என்று விட்டுவிடலாம்.

நேரம் பற்றிய அதிக கவனம் இருக்கும் நான், அழைத்துக் கொண்டேயிருந்த உறவினர் ஊருக்கு குடும்பத்துடன் போனேன். போகும்போதே, தங்கியிருக்கும் நாட்களில் நான் செய்ய வேண்டிய வேலைகளையும் எடுத்துப்போனேன். போனபின் அங்கிருந்த நிலமையில், அவர்கள் காட்டிய பிரியத்தில் நான் என் வேலைகளைச் செய்ய முடியாது என்று புரிந்தது. அதைப்பற்றி தனியாக அமர்ந்து யோசித்தேன் (மனதுடன் ஒரு சிட்டிங்). அடுத்த நான்கு நாட்கள் வேலை ஏதும் செய்ய முடியாது என்பதைப் பலவாறாக யோசித்து உறுதி செய்து கொண்டேன். காரண காரியங்கள், சாதக பாதகங்கள், சாத்தியங்கள் என்று எல்லாவற்றைப் பற்றியும் ஒரு முறை தீர்க்கமாக மனதுக்குள் சொல்லிக்கொண்டேன். மனது ஏற்றுக்கொண்டது.

அதன்பின் என்னால் குற்ற உணர்வு இல்லாமல் இயல்பாகப் பொழுதைப்போக்க முடிந்தது. அதே ஊரில் நடந்த ஒரு பொருட்காட்சிக்கும் போனோம். பார்ப்பதற்கு அதிகமில்லை. ஆனால் விளையாட நிறைய கூடங்கள் இருந்தன. பலூன் சுடுவது. அடுக்கியிருக்கும் டம்ளர்களை பந்தை வீசி கீழே தள்ளுவது, வளையங்களைத் தூக்கிப் போட்டு பொருட்களை வெல்லுவது போன்ற போட்டிகள். இவற்றில் காசு செலவழிப்பது வீண் என்று

மனது சொல்ல ஆரம்பிக்கவும், உடன் வந்த குடும்பத்தினர், 'நீங்களும் வாங்க விளையாடலாம்' என்று சொல்லவும் சரியாக இருந்தது.

முன்பு செய்த அதே, மனதோடு ஒரு அமர்வு தான். இம்முறை முன்னிலும் துரிதமாக முடிவுக்கு வரமுடிந்தது. 'போகட்டும். என்ன ஒரு 500 ரூ ஆகுமா? விளையாட்டுதானே! சந்தோஷமாக இருந்துவிட்டுப் போகலாமே' என்று மனதுக்கு எடுத்துச் சொல்ல, அதுவும் ஒப்புக்கொண்டது. மொத்தம் 500 ரூ செலவுக்கு மனது ஆயத்தம் ஆகிவிட்டது. அதன்பிறகு குதுகூலம்தான்.

குழந்தைகளுடன் குழந்தையாக, தோற்பது பற்றிக் கவலைப் படாமல் சிரித்துக்கொண்டே ரூபாய்த்தாள்களை எடுத்து கொடுத்தபடி இருந்தேன். எனக்கே ஆச்சரியமாக இருந்தது.

எல்லாம் மனது செய்த மாயம். அது வாயையே திறக்கவில்லை. அதற்குதான் முன்கூட்டியே விபரமாக சொல்லியாகிவிட்டதே!

[16]

மன அழுத்தம் விரட்டலாம்

அது ஒரு பள்ளிக்கூடம். காலை மணி 10. முதல் வகுப்பு நடந்து கொண்டிருந்தது. குறிப்பிட்ட சில வகுப்புகளின் மாணவர்கள் மட்டும் இரண்டாவது வகுப்புக்கு அவர்கள் இருக்கும் அறைகளை விட்டு வேறு வகுப்பறைகளுக்குச் செல்ல வேண்டும்.

ஏழாம் வகுப்பு படிக்கிற மாணவர்கள் போகவேண்டிய அறை அதே வரிசையில் மூன்று வகுப்பறைகள் தள்ளி இருந்தது. முதல் வகுப்பு முடிந்தது என்று அறிவிக்கிற மணிச் சத்தம் கேட்டது.

ஆசிரியர் வருகைப்பதிவேட்டை எடுத்துக்கொண்டு வெளியேறும் வரை காத்திருந்த மாணவர்கள் அவர் சென்றவுடன் வெளியே வந்தார்கள். அடுத்த வகுப்பு நடக்கவிருக்கும் வகுப்பறையை நோக்கி ஓடினார்கள். அந்த அறை காலியாக இருந்தது. உள்ளே போனார்கள். அவரவர் விரும்பும் இடங்களில் அமர்ந்து கொண்டார்கள்.

முதல் வகுப்பு முடிவுற்ற மணிச் சத்தம் கேட்டதும் எட்டாம் வகுப்பு மாணவர்களும் அவர்கள் வகுப்பறையை விட்டு

வெளியே வந்தார்கள். அவர்கள் அடுத்துப் போகவேண்டிய அறை தூரமில்லை. அடுத்த வகுப்பறைதான். மாணவர்கள் வேகவேகமாக வெளியே வந்தார்கள். அடுத்த அறைக்குள் நுழைய முற்பட்டார்கள்.

ஆனால் அவர்களால் சுலபமாக உள்ளே போகமுடியவில்லை. காரணம், அவர்கள் நுழைய முயன்ற அறை காலியாக இல்லை. அந்த வகுப்பறையில் ஏற்கனவே வேறு மாணவர்கள் இருந்தார்கள். முதல் வகுப்பு முடிந்துவிட்ட பிறகும் சில மணித்துளிகள் அந்த ஆசிரியர் பேசிக்கொண்டிருந்திருக்கிறார். சில நிமிடங்கள் தாமதமாகத்தான் வகுப்பை முடித்திருக்கிறார். அவர் முடித்தவுடன் மாணவர்கள் எழுந்து வேகமாக வெளியேற முயற்சிக்க, அதே சமயம் இரண்டாவது வகுப்புக்காக எட்டாம் வகுப்பு மாணவர்கள் அந்த அறைக்குள் நுழைய முயற்சிக்க வகுப்பறையின் வாசலில் தள்ளுமுள்ளு, அமளி.

புத்தக மூட்டைகளுடன் வெளியே வரமுயற்சிப்பவர்களும் உள்ளே போக எத்தனிப்பவர்களுமாக அங்கே கடும் நெரிசல், இடிபாடு, இரைச்சல், போராட்டம் மோதல், உரசல், எல்லாம் நடந்தது.

ஏழாம் வகுப்பு மற்றும் எட்டாம் வகுப்பு மாணவர்களின் இடமாற்றத்தைப் பற்றி மட்டும் எடுத்துப் பார்க்கலாம்.

ஏழாம் வகுப்பு மாணவர்களின் இடமாற்றம் அதிக சிரமம் இன்றி சுலபமாக முடிந்தது. ஆனால், அதே எண்ணிக்கையிலான எட்டாம் வகுப்பு மாணவர்கள், அதைவிட அருகில் உள்ள ஒரு அறைக்குள் நுழைவது அவ்வளவு சுலபமாக இல்லை. பிரச்னை ஏற்பட்டது.

என்ன காரணம் என்று விளக்கத்தேவையில்லை. சாலைப் போக்குவரத்துகளிலும் இது பார்க்கக் கூடியதுதான். சிக்னல் இயங்கும் இடங்களில் பிரச்னை இருக்காது. ஒரு பக்கத்தில் இருந்து எதிர்ப்பக்கம் செல்ல வாகனங்களுக்கு வாய்ப்புக் கொடுக்கப்படும். அந்த நேரம் எதிரில் வண்டிகள் ஏதும் வராது.

சிக்னல் இல்லாத இடங்களில், வாகன நெரிசல் அதிகம் இருக்கும் இடங்களில் எதிரும் புதிருமாக வண்டிகள் ஒரேநேரத்தில் போக முற்பட, எந்த வண்டியாலும் போக முடியாது. வண்டிகள் நெருக்கமாக அடைப்பட்டுக்கொண்டுவிடும். அங்கே ஒலிப்பான்கள் சத்தமும், ஒருவரை ஒருவர் ஏசுவதும் பேரிரைச்சலாக இருக்கும்.

மனித மனதுக்குள்ளும் இப்படிப்பட்ட டிராஃபிக் உண்டு. அங்கே ஓடுகிற வண்டிகள் எவை தெரியுமா? எண்ணங்கள்.

என்ன செய்யலாம், எப்படிச் செய்யலாம், யாரைக் கேட்கலாம், யாரிடம் இருந்து மறைக்க வேண்டும். எங்கே போகலாம், எங்கே போய்விடக்கூடாது, வாங்கலாமா, விற்கலாமா, மன்னிக்கலாமா, தண்டிக்கலாமா? சரியா தவறா? அவரா இவரா? வருவாரா மாட்டாரா? சொல்லாமா, கூடாதா?

பலவற்றைப் பற்றியும் நொடிக்கு நொடி கிளம்பும் எண்ணங்கள். கார் வண்டிகள் போலதான். எறும்புகள் ஊர்வதுபோல மனதிலும் சாரிசாரியாக நகர்ந்துகொண்டேயிருக்கும்.

ஒன்றைச் செய்யவேண்டும் என்கிற எண்ணம் மனதுக்குள் போவது ஒரு திசையில்.

'இப்படிச் செய்யலாம். இது நமக்கு நன்மை தரும். இது சாத்தியம்' இந்த எண்ணம், இந்த வண்ணம் மட்டுமே இருந்தால், அது, ஏழாம் வகுப்பு மாணவர்கள், அவர்கள் வகுப்பறையில் இருந்து கிளம்பி மற்றொரு வகுப்பறைக்குள் சுலபமாகப் போனது போல. எண்ணங்களின் ஓட்டம் சுலபமானதாக இருக்கும். போகும். மனது லகுவாக இருக்கும். சிரமம் கிடையாது.

மாறாக, 'இப்படிச் செய்யலாம். இது நமக்கு மிகப்பெரிய நன்மை தரும். இது சாத்தியம்' என்கிற எண்ணம் கிளம்பிய உடனேயே, 'வேண்டாம். இது ஆபத்தில் முடியலாம். இதைத் தவிர்ப்பதே நல்லது' என்பது போன்ற எண்ணமும் மனதுக்குள் இருந்தே எதிர் திசையில் தோன்றினால்... மனது திணறிப்போகும். இரண்டு நேர் எதிரான கருத்துகள். இரண்டுமே எண்ணுபவரின் சுய நன்மை கருதிதான். ஒன்று வாய்ப்பைச் சொல்லுகிறது. மற்றொன்று ஆபத்தைச் சொல்லுகிறது. இதில் எதை ஏற்றுக் கொள்ளுவது, எதை விடுவது? இதுதான் மனதின் போராட்டம்.

ஒன்று நிகழவேண்டும் என்று மனது விரும்பும். அது நிகழும் வாய்ப்புக் குறைவு என்றும் அதற்கே தெரியும். அதேபோல எதுவோ நடந்துவிடக்கூடாது என்று மனது அச்சப்படும். ஆனால் அது நடந்துவிடும் சாத்தியம் அதிகம் என்றும் மனதுக்குத் தோன்றும்.

மனதுக்கும் எட்டாம் வகுப்பு மாணவர்கள் நிலைதான். வகுப்பறைக்குள் நுழைய முற்படும் ஒரு மாணவர் கூட்டம். அதே

வகுப்பறையை விட்டு வெளியேற முற்படும் மற்றொரு கூட்டம். வாசலோ சிறியது. எல்லோருக்கும் அவசரம்.

சிக்னல் இல்லை. எதிரும் புதிருமாய் வண்டிகள். எல்லா வண்டிகளும் பரபரப்பாய். எவரும் எவருக்கும் ஒதுங்கவில்லை. முண்டுகிறார்கள், மோதுகிறார்கள்.

வகுப்பறை வாசலில் இரைச்சல், தள்ளுமுள்ளு, அடிதடி, போராட்டம். சிக்னல் இல்லா நெரிசல் நேர போக்குவரத்திலும் பிரச்னைகள், பெருஞ்சத்தம், குழப்பம், நகரமுடியாத நிலைமை.

ஒருவர் பேச மற்றவர்கள் கேட்கலாம். இருக்கிற இருவரும் ஒரே நேரத்தில் பேசினால்? அதுவும் எதிர் எதிரான கருத்துகளைச் சத்தமாகப் பேசினால்?

மனதுக்குள்ளும் அதே நிலைமைதான். செய்ய முடியாத ஒன்றை மனம் விரும்புகிறபோது, செய்ய முடியாத ஒன்றை மற்றவர்கள் நம் மீது கட்டாயப்படுத்தும்போது, இரண்டுவிதமான

எண்ணங்கள் இரண்டு இடங்களில் இருந்து கிளம்பி, நேர் எதிர் திசைகளில் பயணித்து ஒன்றோடு ஒன்று நேருக்கு நேர் மோதுவது போலதான்.

இரண்டு பக்கத்திலிருந்தும் வேகமாக பாய்ந்து வரும் தண்ணீர், ஒரு இடத்தில் ஒன்றோடு ஒன்று மோதி உயரக்கிளம்பிச் சிதறுவது போல; இரண்டு பக்கமிருந்தும் வேகமாக வரும் இரண்டு நாட்டுப்படைகள் ஒரு இடத்தில் ஒன்றோடு ஒன்று ஆக்ரோஷமாக மோதிக்கொள்ளுவது போல தான்.

அப்படிபட்ட மோதலால் ஏற்படுவதுதான் 'ஸ்டிரெஸ்', மன அழுத்தம். எண்ணங்களின் சீரான ஓட்டம் தடைபடுவதால் மட்டுமல்ல; எதிர்க்கப்படுவதாலும் எதிர்த்து சிதறடிக்கப் படுவதாலும்.

இப்படிப்பட்ட நேரங்களில் எதிலும் கவனம் செலுத்த முடியாது, தலை வலிக்கும், மனது பாரமாக இருக்கும். கோபம் வரும்.

ஸ்டிரெஸ் எவருக்கும் வரலாம். ஏழை பணக்காரர், ஆண் பெண், மாணவர், பெரியவர் போன்ற வேறுபாடுகள் கிடையாது. செய்ய முடியாத ஒன்றை செய்யக் கட்டாயப்படுத்தப்படும்போது, நடக்க முடியாத ஒன்றை அதிகம் எதிர்பார்க்கும்போது, அதிகம் எதிர்பார்க்கும் ஒன்று சாத்தியமில்லாததாகிவிடும் என்று தோன்றுகிற போது என்று இப்படிப்பட்ட 'நேர் எதிர் எண்ணங்கள் மனதுக்குள் மோதிக்கொள்ளும் போதெல்லம் மன அழுத்தம் ஏற்படும் சாத்தியம் இருக்கிறது.

போக்குவரத்தில், ஒரு பக்கத்து வண்டிகளுக்கு சிவப்பு விளக்கு காட்டி நிறுத்திவிட்டு, எதிர்பக்கத்து வண்டிகளுக்குப் பச்சை விளக்குகாட்டி அனுப்பவது போல, எண்ணங்களையும் முறைப்படுத்த வேண்டும்.

உதாரணத்துக்கு, முதலில் சாத்தியமானவை பற்றி மட்டுமே யோசிப்பது. அதேநேரம் எதிர்மறை எண்ணங்களைத் தவிர்ப்பது. பிறகு சாத்தியத்தைக் கெடுக்கக் கூடியவை என்ன என்று தனியாக யோசிப்பது. அதன் பின் இரண்டையும் சீர்துக்கிப் பார்ப்பது.

மனதுக்குள் எண்ணங்களின் படையெடுப்பைச் சரிப்படுத்துவதன் மூலம் மன அழுத்தம் தவிர்க்கலாம், விரட்டலாம்.

[17]

உடனேவா? தாமதித்தா?

அலுவலகம் ஒன்றில் மாதாந்திர ஆய்வுக்கூட்டம் நடக்கிறது. நிறுவனத்தின் அலுவலர் பலரும், அதிகாரிகளும் அமர்ந்திருக்கிறார்கள். முக்கிய வாடிக்கையார் ஒருவரை நிறுவனம் இழந்தது குறித்து பேச்சு வருகிறது. அதற்கு காரணம் ராஜன் என்பவர்தான் என்பதுபோலச் சொல்லப்படுகிறது.

ராஜனும் அந்தக் கூட்டத்தில் இருக்கிறார். அவ்வளவு பேர் இருக்கிற இடத்தில் அவர்தான் பிரச்னைக்குக் காரணம் என்று சொல்லப்பட்டதை அவரால் தாங்கிக்கொள்ளமுடியவில்லை.

குற்றம் சொன்னவரைப் பார்த்து சீறுகிறார். என்ன நடந்தது என்று உங்களுக்குத் தெரியுமா என்று கத்துகிறார். எல்லோரும் அதிர்ச்சியுடன் பார்க்கிறார்கள். கையில் இருந்த நோட்டுப் புத்தகத்தை ஓங்கி, மேசை மீது அடித்தாற்போல போட்டுவிட்டு, இங்கு எதுவுமே சரியில்லை என்று சொல்லியபடி அந்த அறையிலிருந்து வெளியேறிவிடுகிறார். கூட்டம் தொடர்ந்து நடக்கிறது.

இப்படிச் செய்யலாமா? இது ராஜனுக்கு நல்லதா என்று கேட்டால், என்ன பதில் என்பது எல்லோருக்கும் தெரிந்ததுதான். நட்டம் ராஜனுக்குத்தான். ஆனாலும் பலரும் வெவ்வேறு விஷயங்களில், வெவ்வேறு விதங்களில் ராஜன் செய்ததைப் போலதான் செய்கிறோம்.

ராஜன் என்ன செய்தார்? சாதாரணமான வார்த்தைகளில் சொல்லுவதென்றால், ராஜன் சடன் ரியாக்ட் செய்தார். தமிழில் சொல்லுவதென்றால் மறுவினை. உடனடி மறுவினை.

டென்னிஸ் விளையாட்டு மற்றும் பால் பேட்மிண்டன் போன்றவற்றில் பார்த்திருக்கலாம். ஒருவர் பந்தை அடிக்க (ஆக்ஷன்), எதிர்ப்பக்கம் இருப்பவர், வருகிற பந்தை திருப்பி அடிப்பார் (ரியாக்ஷன்).

ஆக்ஷனைப் பொறுத்தே ரியாக்ஷன் அமையும் என்பது பெரும்பாலும் நடப்பது. ராஜன் மீது குற்றம் சொல்லப்பட்டதும், சற்றும் தாமதியாமல் ராஜன் அதற்குப் பதிலடி கொடுத்ததும் இப்படித்தான்.

பலருடைய பிரச்னையே இதுதான். அவர்கள் எது நிகழ்கிறதோ அதற்கு சற்றும் தாமதியாமல் பதில் (அடி) கொடுப்பார்கள். ஆனால் எல்லோரும் இப்படி அல்ல என்பதையும் இங்கே குறிப்பிடவேண்டும். இதற்கு மிக எளிய உதாரணம், மேடைகளில் நடைபெறும் நிகழ்ச்சிகளில் இருக்கிறது. திரை நட்சத்திரங்கள் கலந்துகொள்ளும் இசை நிகழ்ச்சிகள், விருது வழங்கும் நிகழ்ச்சிகள் போன்றவற்றைத் தொலைக்காட்சியில் பார்த்திருக்கிறோம்.

நிகழ்ச்சியைத் தொகுத்து வழங்குபவர்கள், மேடைக்கு விருது வாங்க வருகிற பிரபலங்களிடம் சில கேள்விகள் கேட்பார்கள். அவை அவர்களைக் குறும்பாகவோ விவாகரமாகவோ அல்லது பெருமைப்படுத்தும் விதமாகவோ இருக்கும்.

நிகழ்ச்சி தொடங்கி நடந்துகொண்டிருக்கும் நிலை. இடையில் மேடை ஏறுகிறார் அந்தப் பிரபலம். கேள்வி வருகிறது. கொஞ்சம் விவகாரமான கேள்வி. பதிலும் விவகாரமாகவே வந்துவிடுகிறது.

இப்படித்தான் அவர்களில் சிலர் கேட்கப்பட்ட கேள்விக்கு உடனடியாக பதில் சொல்லுவார்கள். அவர்கள் கவனம் முழுவதும் அந்தக் கேள்வியால் ஈர்க்கப்பட்டிருக்கும். அதனால்

அந்தக் கேள்விக்கு அவர்கள் உடனடியாகப் பதில் சொல்லுவார்கள். ராஜனைப் போலதான் இவர்களும், ரியாக்ட் செய்துவிடுவார்கள்.

ஆனால், நீங்களும் கவனித்திருப்பீர்கள். எல்லோரும் இப்படி இல்லை. ஒரு சிலர், கேள்வி கேட்கப்படும் வரை, தொகுத்து வழங்குபவரைக் கவனிப்பார்கள். கேள்வியை முழுவதும் உள்வாங்கிக் கொள்ளுவார்கள். அதன் பிறகு தான் அவர்களின் நிதானம் தெரியும்.

இப்போது, மேடைக்கு எதிரே அமர்ந்திருக்கும் பார்வையாளர்களைப் பார்த்து, வணக்கம் சென்னை... அல்லது வணக்கம் கோவை... என்பது போல வணக்கம் தெரிவிப்பார்கள். அடுத்து, வந்திருக்கிற பெரிய மனிதர்களுக்கும் தனியாக வணக்கம் சொல்லுவார்கள். அதன் பிறகே தொகுப்பாளர் கேட்ட அந்த சூடான கேள்விக்கு பதில் சொல்லுவார்கள்.

அவர்களும் பதில் சொல்லுகிறார்கள்தான். ஆனால் உடனடியாக, ரியாக்ஷனாக அல்ல. நிதானமாக. பொறுத்து, செய்யவேண்டிய மற்றவற்றை செய்துமுடித்துவிட்டு எதிர்வினை புரிவார்கள்.

எல்லா சூழ்நிலைகளிலும் இது சிலருக்கு சாத்தியமாகாது. ராஜன் மீது குற்றச்சாட்டு சொல்லப்பட்டது. அதனால்தான் அவர் அப்படி நடந்துகொண்டார் என்று சொல்லலாம். குற்றம் சாட்டப்பட்டால் உணர்வு வயப்படாமல் இருக்க முடியுமா என்று கேட்கலாம்.

மேடையில் நிற்கிற போதும் உணர்வு நிலைக்குத் தள்ளும் விதமாகத்தான் கேள்விகள் வரும். அவ்வளவு பெரிய கூட்டம், எதிர்பாராமல் வரும் கேள்வி, கேலி அல்லது கிண்டல் அல்லது தன்னிலை விளக்கம் கோரும் வினா. இப்படித்தான் இருக்கும் எதிராளியின் ஆக்ஷன். ஆனாலும் சிலர், உணர்வு வயப்படுவதில்லை. பதறிக்கொண்டு ரியாக்ட் செய்வதில்லை.

ரியாக்ஷன் என்றால் என்ன? நமக்குக் கிடைத்திருக்கும் தகவல் போதுமானது. அதை நாம் முழுவதும் புரிந்துகொண்டாகி விட்டது. அதற்குப் பொருத்தமான பதிலை மனதுக்குள் தேர்வு செய்தாகிவிட்டது. பதில் சொல்ல அதிக நேரமில்லை. ஆகவே, கிடைத்த தகவலை வைத்து, புரிந்து கொண்ட அளவில், தோன்றியவிதம் பதில் சொல்லலாம் என்கிற நினைப்பால் வருவதுதான் ரியாக்ஷன்!

ஒரு ரியாக்ஷனுக்குள் எவ்வளவு நினைப்பு ஓடியிருக்கிறது பாருங்கள்.

ராஜன் காதில் விழுந்தது ஒரு தகவல். அதை ராஜன் புரிந்து கொண்டவிதத்தில், ஒரு வாடிக்கையாளரை நிறுவனம் இழந்தது. அதற்கு காரணம் ராஜனின் செயல்பாடு அல்லது செயல்படாமை. ராஜனின் இந்தப் புரிதல் சரியாக இருந்ததாகவே வைத்துக் கொள்வோம். அவர் ஏன் மேல் கேள்விகள் கேட்டு, கூடுதல் விபரங்கள் பெற்றிருக்கக் கூடாது? அவர் ஏனோ கிடைத்த தகவல் போதும் என்று நினைத்திருக்கிறார்.

மேலும் அந்தக் குற்றச்சாட்டுக்கு அவர் எத்தனையோ காரணங்களைப் பதில்களாகச் சொல்லியிருக்கலாம். அவரால் கண்டிப்பாக யோசிக்க முடியும். மிகப் பொருத்தமான பதிலை, அவர் செயலை நியாயப்படுத்தும் பதிலைச் சொல்லியிருக்க முடியும். ஆனால் அவர் அப்படிப்பட்ட பதிலை மனதுக்குள் சிந்திக்கவே இல்லை. மேலாகக் கிடைத்த பதிலை அப்படியே அள்ளி வீசிவிட்டார்.

தவிர, அவர் பதில் சொல்லியவிதமும் அவருக்குப் பிரச்னைகளை அதிகப்படுத்தும் விதமாக அமைந்துவிட்டது.

பதிலை விட மோசமானதாகப் பார்க்கக்கூடிய விதம் செயல் அமைந்துவிட்டது.

மனதின் மீது, உணர்வுகளின் மீது இப்படிபட்ட தாக்குதல்கள் எங்கே வேண்டுமானாலும் எப்போது வேண்டுமானாலும் வரலாம். முன்கூட்டியே இப்படிப்பட்ட ரியாக்ஷன்களின் விளைவுகள் பற்றிய விழிப்பு உணர்வு இருந்தால் அவற்றைக் கண்டிப்பாக எவராலும் தவிர்க்க முடியும். பழகப் பழக, ரியாக்ஷன்களைத் தவிர்த்து, தேர்ந்த ஆக்ஷன்களைச் செய்யலாம். டென்னிஸ் மற்றும் பேட்மிண்டனில், யோசித்து செய்யும் பிளேசிங் (காலி இடம் தேடி பந்தை அடிப்பது) போலத்தான் இதுவும்.

[18]

மனசுக்கு சொல்லும் டார்கெட்

ஒரு நிகழ்ச்சி க்கு அழைக்கிறார்கள். போகிறோம். நிகழ்ச்சி ஒரு மணி நேரத்தில் முடியும் என்று நினைத்துக்கொண்டு போகிறோம். அடுத்து வேறு ஒரு இடத்துக்குப் போகலாம் என்றும் திட்டமிட்டுக் கொண்டிருக்கிறோம். அரங்கில் உட்கார்ந்திருக்கிறோம். குறிப்பிட்ட நேரத்தில் நிகழ்ச்சி ஆரம்பிக்கவில்லை. தவிர, பேசுகிறவர்கள் எண்ணிக்கையும், பேச்சுகளின் நேரமும் அளவு கடந்து நீண்டுகொண்டே போகிறது.

உட்கார்ந்திருக்கிற நாம் நெளிகிறோம். 'ஏனடா வந்து மாட்டிக் கொண்டோம்! எப்போதடா முடிப்பார்கள்? என்று தோன்றுகிறது. அடிக்கடி கடிகாரத்தை பார்த்துக் கொண்டே இருக்கிறோம். மனதுக்குள் நெருடல், சங்கடம். சாதாரணமாக உட்கார்ந்திருக்க முடியவில்லை. நடக்கும் நிகழ்ச்சிகளில் மனம் ஈடுபடவில்லை. எதிர்மறையாகக் கூட யோசிக்கிறது!

பக்கத்தில் இருப்பவரைத் தற்செயலாகத் திருப்பிப் பார்த்தால் அவர் இயல்பாக, நடந்துகொண்டிருக்கிற நிகழ்ச்சிகளை,

பேச்சுக்களைக் கவனிப்பது தெரிகிறது. அட! அரங்கில், மேடையில் நடக்கிற நிகழ்வு ஒன்றுதான். அதெப்படி நாம் இவ்வளவு சங்கடத்துடனும் அவர் இயல்பாகவும் இருக்க முடிகிறது?

வேறுபாடு, நிகழ்ச்சி எவ்வளவு நேரமாகும் என்கிற எதிர்பார்ப்பில் இருக்கிறது. நாம் நினைத்தது, அது, ஒருமணிநேர நிகழ்ச்சி என்று. நம் நினைப்பு சரியோ தவறோ. ஆனால் நம் மனது அப்படித்தான் குறித்துக்கொண்டது. ஆகவே நம் மனது ஒரு மணிநேரத்துக்கு மட்டுமே ஆயத்தமாக இருந்திருக்கிறது.

ஆனால், அருகில் அமர்திருப்பவருடைய மனது குறித்துக் கொண்டது, அவர் எதிர்பார்த்தது வேறாக இருக்கும்போல. அவர் இரண்டு மணிநேரத்துக்கேகூடத் தயாராக வந்திருக்கலாம்.

'நேரம் ஆகிறதே! இன்னும் வெகு நேரம் ஆகுமோ! எப்போது முடிப்போம்? எப்போது வருவார்கள்? எப்போது தருவார்கள்?' என்பது போலெல்லாம் பதற்றம் வருவதன் காரணம் மனது எவ்வளவுக்கு தயாராக இருக்கிறது மற்றும் எவ்வளவு நிகழ்கிறது என்பனவற்றுக்கு இடையில் உள்ள வேறுபாடுதான்.

நிகழ்வில் மாற்றங்கள் செய்யமுடியாமல் போகலாம். ஆனால், எதிர்பார்ப்பில் மாற்றங்கள் செய்துகொள்ள முடியும். முன்கூட்டியே மனதை ஆயத்தம் செய்து கொண்டு போவதன் மூலம் நரகமாய் நகரும் நிமிடங்களைத் தவிர்க்கலாம்.

சில வேலைகள் எப்போது முடியும் என்று ஆதங்கமாக இருக்கும். முடிவேயில்லாமல் நீண்டு கொண்டே போவதுபோல ஆயாசமளிக்கும். அதேபோல, மனது விரும்பும் சில முக்கிய நிகழ்வுகள் (நிறுவனத்துக்கு கிடைக்க வேண்டிய பெரிய ஆர்டர், பிள்ளைகள் வேலை, திருமணம், கட்ட வேண்டிய கடன் முடிவுக்கு வருவது போன்றவை) நடப்பதற்கு இருக்கும் நாட்கள் வெகுதூரத்தில், தள்ளி இருப்பது போல தோன்றும். இப்படிப்பட்டவற்றாலும் மன உளைச்சல் உண்டாகும்.

முன்பு பார்த்த அரங்க நிகழ்ச்சி போன்றவைதான் இவையும். நிகழ்வின் மீது நமக்கு எந்தக் கட்டுப்பாடும் இல்லை. நிகழ்வு அதன் போக்கில்தான் நடக்கும். நிகழ்வது நிகழும் நேரத்திலேயே நடக்கட்டும். ஆனால் அதை மனது சங்கடமாகப் பார்க்கக்கூடாது. அதனால் நமக்கு ஏற்படும் மன அழுத்தத்தை அல்லது உளைச்சலைக் குறைத்துக்கொள்ளவேண்டும். சாத்தியமா?

சாத்தியம்தான். 'இலக்கை மாற்றி வைத்துக்கொள்ளுவது' என்பதன் மூலம் மன அழுத்தத்தைத் தவிர்க்கலாம். உதாரணத்துக்கு, ஒருவர் வெளியூரில், புதிய மைதானம் ஒன்றில் காலை நடைபயிற்சிக்குப் போகிறார். நடக்கிறார். அவர் கணக்கு தினமும் காலையில் அவர் அரை மணிநேரம் நடக்கவேண்டும். தெரிந்தவர்கள் எவருமில்லை. புதிய இடம். நடக்கிறார். கொஞ்ச நேரம் ஆனதும் முடித்து கொண்டு விடலாமா என்று தோன்றுகிறது. கடிகாரத்தைப் பார்கிறார். அட! 12 நிமிடங்கள்தான் ஆகியிருக்கிறது. தொடர்ந்து நடக்கிறார். சற்று நேரம் கழித்து கடிகாரத்தைப் பார்த்தால் ம்ம்.. 19 நிமிடம் தான் ஆகியிருக்கிறது. என்ன இது முடிந்தபாடில்லை! எப்போதடா முடிப்போம் என்று தோன்றுகிறது. ஆயாசமாக இருக்கிறது.

அதே நபர் அதே அளவு நேரத்துக்கு நடக்கலாம். மனம் அடிக்கடி கடிகாரம் பார்க்காமல், வருத்தம் ஆயாசப்படாமல். அவர் அவருடைய நேர இலக்கை மாற்றி வைத்துக்கொண்டால் போதும்.

அந்த புதிய மைதானத்தில் அவர் முதல் சுற்றை முடித்தவுடன் நேரத்தைப் பார்க்கிறார். முழு சுற்று முடிக்க, ஆறு நிமிடங்கள் ஆகியிருக்கின்றன. அப்படியென்றால் அரை மணிநேரம் நடக்க, ஐந்து சுற்றுகள் வரவேண்டும் என்று கணக்கிட்டுக்கொள்கிறார்.

மனதிடம் இலக்கை மாற்றிச் சொல்லுகிறார், 'மொத்தம் ஐந்து சுற்றுக்கள்'' என்று. அரை மணிநேரம் என்று சொல்லாமல், ஐந்து சுற்றுக்கள் என்று மனதிடம் சொல்லிவிட்டார்.

நடக்கிறார். இடையில் கடிகாரத்தைப் பார்க்கவேயில்லை. காரணம் அவர் மனது கணக்கிடுவது, இதுவரை எவ்வளவு நேரம் நடந்திருக்கிறோம்?' என்றல்ல. 'இதுவரை எவ்வளவு சுற்றுகள் நடந்திருக்கிறோம்?' என்பதைத்தான்.

மனதுக்கு தெரிகிறது இதுவரை இரண்டு சுற்றுகள் முடிந்திருக்கின்றன. இன்னும் மூன்று (தான்). இப்படியே மனம், சுற்றுகளில் கவனம் செலுத்துகிறது. நேரத்தில் அல்ல. கடிகாரத்தைப் பார்க்கவில்லை. நேரமாகிறதே அல்லது ஆகவில்லையே என்று யோசிக்கவில்லை. அதன் காரணமாக லகுவாக இருக்கிறது.

எப்படிப் பார்த்தால் என்ன! இரண்டும் ஒன்றுதானே என்று தோன்றலாம். இல்லை. நேரம் மனதின் கட்டுப்பாட்டில் இல்லை.

நடப்பவரால் அதை ஒன்றும் செய்யமுடியாது. ஆனால் நடை பயிற்சி அவருடைய கட்டுப்பாட்டில் இருக்கிறது. நடப்பது அவர் செய்வது. அவரது செயல். அதனால் அவருடைய மனது அதை ஏற்றுக் கொள்ளும்.

'நாம் இரண்டு சுற்றுக்கள்தான் முடித்திருக்கிறோம். இன்னும் மூன்று நிலுவை. அதை நாம் செய்தாகவேண்டும்...' இப்படி எண்ணுகிற மனது சங்கடப்படாது. காரணம் ஐந்து சுற்றுகள் என்பது அது ஏற்கனவே ஒப்புக்கொண்டு விட்ட, ஏற்றுக் கொண்டுவிட்ட இலக்கு. அதை அடைய அது முழு ஒத்துழைப்புக் கொடுக்கும்.

வேலை நடப்பது சுற்றுக்களில். ஆகவே மனதுக்கு தெரிவிக்கும் இலக்கும் சுற்றுக்குகளில் இருந்தால், கண்காணிப்பது, புரிந்து கொள்ளுவது, வேகம் கூட்டுவது எல்லாம் சுலபமாக அமையும். சிறிய அளவில் கூட மன அழுத்தம் இருக்காது.

இந்த, 'இலக்கை மாற்றிப் புரிந்துகொள்ளும் முறை'யை மற்றவற்றிலும் பயன்படுத்தலாம். உதாரணத்துக்கு ஒருவர் பெரிய அளவில் கடன் வாங்கியிருக்கிறார். அதை அவர் அவருடைய மனதுக்கு எப்படிச் சொல்லலாம்?

'அம்மாடி 10 லட்சம் கடன் இருக்கிறதே...' இப்படி நினைக்க அவருக்குக் கலக்கமாக இருக்கும். அதை நினைத்தே கவலைப் படுவார், உருகுவார். என்ன செய்யலாம்?

கடன் கடன் தான். அதை மாற்ற முடியாது. அதே கடனை அவர் எந்த உருவத்தில் அல்லது என்னவிதமாக மனதுக்கு மாற்றிச் சொல்லுகிறார் என்பதில்தான் தீர்வு இருக்கிறது. குறைந்தபட்சம் அவர் இரண்டு விதங்களில் சொல்லலாம்.

> முதலாவது – 'மாதம் 10 ஆயிரம்தான் கட்ட வேண்டிய இ.எம். ஐ.. கடனைப் பற்றி கவலைப்படவேண்டாம். 180 மாதங்கள் கட்டினால் முடிந்தது விஷயம். மாதங்கள் அதன் போக்கில் ஓடிவிடும்'
>
> இரண்டாவது – 'அவ்வளவு ஆண்டுகள் எல்லாம் கடன்காரனாக இருக்க வேண்டாம். கையில் எப்போதெல்லம் கணிசமான பணம் கிடைக்கிறதோ, அப்போதெல்லாம் கட்டிக்கொண்டே வந்தால் கடனைச் சீக்கிரத்தில் முடித்துவிட்டு வெளியே வந்து விடலாம்.'

மொத்தம் பத்து லட்சம் என்று பார்ப்பது ஒருமுறை. மாதம் 10 ஆயிரம் என்று பார்ப்பது வேறு ஒரு முறை. ஆக, நம்

கட்டுப்பாட்டில் இல்லாதவற்றால் ஏற்படும் மன அழுத்தங்களை இரண்டுவகைகளில் கட்டுப்படுத்தலாம்.

முதலாவது, நேரமோ பணமோ கூடுதலாகச் செலவாகலாம் என்பதற்கு மனதை முன்கூட்டியே ஆயத்தம் செய்துகொள்ளுவது. நிகழ்வுகளின் நீக்குபோக்குகளை உணர்ந்துகொள்ளுவது.

இரண்டாவது, இலக்கை வருத்தம் தரும்விதமாக அல்லாமல், மனது ஏற்றுக்கொள்ளும் விதமாக மாற்றிப் புரிந்துகொள்ளுவது.

[19]

நேற்று இன்று நாளை

அந்த நபர் என்னைச் சந்திக்க வந்தார். அவர் என்னிடம் ஒரு குறிப்பிட்ட 'சப்ஜெக்ட்' பயிலுகிறார். சில விபரங்கள், செய்திகள் சொன்னேன். அடுத்து அவர் செய்ய வேண்டியவை பற்றி விளக்கினேன். கேட்டுக்கொண்டார். அடுத்த முறை வருகிற போது அவற்றைச் செய்து முடித்துவிட்டு வாருங்கள் என்றேன். தலை ஆட்டினார். உடன் கையேட்டில் குறித்துக்கொண்டார். கிளம்பிப் போய்விட்டார்.

சில நாட்கள் கழித்து பேசிக்கொண்டபடி மீண்டும் என்னை சந்திக்க வந்தார். நான் முன்பு சொல்லியிருந்தவற்றை அவர் செய்திருக்கவில்லை. நான் கேட்க கேட்க, ஆமாம், செய்திருக்க வேண்டும் என்றார். அக்கறையானவர்தான். ஆனாலும் கொடுத்த வேலையைச் செய்யாமல் வந்திருந்தார். அதற்காக வருத்தப் பட்டார்.

இவற்றில் மட்டுமல்ல. இன்னும் பலவற்றிலும் அவருக்கு இப்படி நேருகிறது என்று சொன்னார். அவருக்கு நிகழ்கிற அதே

போன்ற வேறு சில சம்பவங்களைப் பற்றிய தகவல்களையும் வருத்தத்துடன் பகிர்ந்துகொண்டுவிட்டு, அவருக்கு ஏன் அப்படி ஆகிறது என்று கேட்டார்.

'இதென்ன பெரிய விஷயம்? சாதாரண மறதிதானே! இதை ஏன் இவ்வளவு யோசித்துக்கொண்டு..' என்று விட்டுவிடலாம் என்றுதான் முதலில் நினைத்தேன். ஆனால் இது மனசு தொடர்பான ஒன்று என்றும், மனதை சரிசெய்தால் இந்தப் பிரச்னையைச் சரிசெய்து விடலாம் என்றும் தோன்றியது.

இவர் போன்றவர்களுக்கு என்ன நடக்கிறது, அல்லது எது நடக்கவில்லை?

மேலே பார்த்த 'குணம்' இருக்கிற சிலர், சந்திப்போ, உரையாடலோ, வேலையோ அது எது நடைபெறுகிறபோதும், நடப்பவை மீது கவனமாக இருக்கிறார்கள். அதுவரை சரிதான். அவர்களுடைய பிரச்னை அதற்குப் பிறகுதான் ஆரம்பிக்கிறது. ஒரு நிகழ்வு நடைபெறுகிறவரை அதில் கவனமாக இருக்கும் அவர்கள், அதன்பிறகு அவர்களைச் சுற்றி நடக்கிற அடுத்த நிகழ்வின் மீது கவனத்தைத் திருப்பிவிடுகிறார்கள். உடனடியாக. முழுவதுமாக. இதனால் சற்றுமுன் நிகழ்ந்தது அவர்கள் கவனத்தில் இருந்து உடனடியாகப் பின்னே நகர்ந்து, மறைந்து போகவேண்டிய கட்டாயத்துக்கு உள்ளாகிறது.

அடுத்த முறை, தேவைப்படும்போது மட்டுமே குறிப்பிட்ட நிகழ்வு மீண்டும் நினைவுக்கு வருகிறது. இடையில் செய்யவிட்டுப் போனவற்றால் சங்கடத்துக்கு ஆளாகிறார்கள், மேலே பார்த்த, என்னை சந்திக்க வந்தவரைப் போல.

இவர்களைப் பொறுத்தவரை, எது நடக்கிறதோ அது சுவாரசியம், முக்கியம். அது ரசிக்க, அனுபவிக்கப்படவேண்டியது. அல்லது வருத்தப்பட, கோபப்பட வேண்டியது. வேறு விதமாகச் சொல்வதானால், இவர்கள் கவனம் முழுதும் நிகழ்காலத்தில், reactiveஆக, நிகழ்பனவற்றின் மீது மட்டுமே இருக்கும்.

மனதால் மூன்று காலங்களிலும் இயங்க முடியும். நடந்து முடிந்தவை பற்றி யோசிக்க முடியும். அதை தீவிரமாக ஆராய, அலசிப்பார்க்க, அவற்றைப் பற்றி தீர்ப்புகள் சொல்ல, ரசிக்க, நினைத்து மகிழ, வருத்தப்பட முடியும். எவ்வளவு காலத்துக்கு முந்தையதாக இருந்தாலும். அவர்களைச் சுற்றி எவ்வளவோ

நடக்கும். யார் யாரோ பார்க்க வருவார்கள், அவர்களுடன் பேசுவார்கள். வேலைக்குப் போவார்கள். நிகழ்ச்சிகள் நடக்கும். ஆனால் அவர்கள் மனதோ, முன்பு நடந்தவற்றில், நடந்தவை பற்றிய சிந்தனைகளில் லயித்துக் கிடக்கும்.

எல்லோரும் இப்படியல்ல. சிலர் சட்டென மறந்துபோவார்கள். இது மனதின் தன்மையைப் பொறுத்தது. இதனால் நன்மையும் உண்டு, சிரமங்களும் உண்டு.

என்னைச் சந்திக்க வந்து, ஒப்புக்கொண்டவற்றைச் செய்யாமல் வந்தவர் போன்றவர்கள் மனது 'நேற்று' என்ற கடந்த காலத்தை அசைப்போடும் வகையைச் சேர்ந்ததல்ல. 'இன்று' என்ற வகையைச் சேர்ந்தது. 'கண்டதே காட்சி, கொண்டதே கோலம்' தன்மை கொண்டது. எது நடக்கிறதோ அதில், முழுமையாக, 100 சதவிகிதம் பங்குகொள்ளும். ஆனால், அதே நேரம், அடுத்து செய்யவேண்டியவை எவ்வளவு முக்கியமானவையாக இருந்தாலும் கூட, மனதின் கவனம் போகாது.

இன்னும் சிலருடைய மனது, நிகழ்காலம் தாண்டிப் போகும். யோசிக்கும். கவனம் கொள்ளும். அடுத்தடுத்து செய்ய வேண்டிவை பற்றித் திட்டமிடும். அவற்றுக்காக இப்போதே நேரம் ஒதுக்க வேண்டும் என்று சொல்லும். பின்னால் தேவைப்படுபவற்றை இப்போதே செய்து முடிக்கத் தூண்டும். ஆமாம், அது 'நாளை' வகையைச் சேர்ந்தது.

நாளை, அடுத்த வாரம், அடுத்த மாதம், வரப்போகிற ஆண்டு என்று வருங்காலத்தில் நிகழ இருப்பவற்றுக்காக, நிகழ்காலத்தில் திட்டமிடவேண்டியவை, செய்யவேண்டியவை பற்றி கவனம் வரப்பெறுகிற தன்மை கொண்ட மனது அது.

ஆக, பெரும்பாலும் முடிந்ததைப்பற்றி சிந்தனை, அல்லது நடப்பதில் அதிக கவனம், அல்லது, வருங்காலம் பற்றிய எண்ணம் கொண்டதாக மனங்களின் தன்மைகள் இருக்கின்றன. இவற்றில் ஏதோ ஒரு வகையிலானதாக நம் மனது இருக்கலாம். அது எதுவாக இருந்தாலும், இதுதான் என் தன்மை என்று விடலாமா? மேன்மை அடைய இதில் திருத்தங்கள் செய்யலாம்.

எல்லா நேரமும் நடக்கிறவற்றில் பங்கேற்பாளராக இருப்பது சரியல்ல. நடப்பவை நடக்கட்டும். அதில் பங்கேற்பது தவிர, ஒரு தூரத்துப் பார்வையாளராக சற்று நேரம் மாறி, மற்றவற்றையும்

சிந்திக்க வேண்டும். அடுத்தடுத்து செய்ய வேண்டியவைகள் பற்றி யோசிக்க வேண்டும்.

நிகழ்கால சுவாரஸ்யங்களில், சுகங்களில் இருந்து மனதை வலியப் பிரிக்க வேண்டும். நகர்த்த வேண்டும். முனைந்து செய்ய வேண்டுவன பற்றி யோசிக்க வைக்க வேண்டும். நாய் வால் போல, தொடக்கத்தில் மனது ஈடுபட வைப்பதில் இருந்து விலகலாம். விடக்கூடாது. பழக்கங்களால் எதையும் மாற்றலாம்.

இன்று மட்டுமல்ல, நாளையும் முக்கியம். மனதுக்குத் தெரியாமல் இருக்கலாம். அறிவுக்கு தெரியுமே! அறிவு மனதுக்கு சொல்ல வேண்டும்.

படிப்பு, சேமிப்பு, ஆரோக்கியம், நற்பெயர் போன்ற எவ்வளவோ முக்கியமானவை ஒரே நாளில் நிகழ்காலத்தில் ஏற்படுபவை அல்ல. வருங்காலத்தை மனதில் நிறுத்தி, அதற்காக நிகழ் காலத்தில் செய்யப்படுபனவற்றால் கிடைப்பவை அவை.

[20]
கணக்குப் பார்ப்பது

பள்ளிக்குப் போகிற சில பிள்ளைகளின் புத்தகப் பை, அல்லது அவர்களது ஜியாமிடிரி பாக்ஸைத் திறந்து பார்த்தால் அதனுள் சின்ன சின்ன பென்சில்கள், ஷார்ப்பனர், சிறிய படங்கள், வாசனை ரப்பர்கள் என்று ஏதேதோ இருக்கும். அவற்றைத் தொட்டாலோ, அவற்றை எல்லாம் ஏன் சேர்த்து வைத்திருக்கிறாய் என்று கேட்டாலோ அந்தப் பிள்ளைகளுக்குக் கோபம் வந்து விடும். வேகமாக வாங்கிக்கொள்ளும், உள்ளே வைத்து மூடி, கையை இழுத்துக்கொள்ளும். எல்லாம் அவை சேகரித்தவை. பத்திரமாக வைத்துக்கொள்ளப்படுபவை. தவிர, சில பிள்ளைகள் அவ்வப்போது குறிப்பாக, தனியாக இருக்கும் போது அவற்றை எடுத்துப் பார்க்கும்; எத்தனை இருக்கிறது என்று எண்ணும். அவற்றுக்காக ரகசியமாக பெருமிதப்படும்.

இப்படிச் செய்வது சின்ன வயதில். அப்படியென்றால் இந்தப் பழக்கம் வயதானால் மறையுமா? பெரியவர்களிடம் இப்படிப்பட்ட நடத்தையைப் பார்க்க முடியாதா?

ஏன் இல்லாமல்? காதலிப்பவர்கள் இப்படிச் செய்வதுண்டு என்பார்கள். காதலன் அல்லது காதலி பயன்படுத்திய அல்லது கொடுத்த சின்னச் சின்னப் பொருட்களை எல்லாம் பத்திரப்படுத்திவைப்பதும், தனிமையில் அவற்றை எடுத்துப் பார்த்து ரசித்து சுகமான நினைவுகளில் மூழ்குவதும் உண்டுதானே.

காதலர்கள் மட்டுமல்ல. காதலில் மட்டுமல்ல. வேறு சிலரும் கூட இப்படிச் செய்வதுண்டு. சிலர் தனியாக இருக்கும்போது, அவர்களது நகைகளை எடுத்து பிரித்துவைத்துப் பார்த்து மகிழ்வதுண்டு. வேறு சிலர் ரொக்கப்பணத்தை அடுக்கிப் பார்த்து ஆனந்தப்படுவதுண்டு. மற்றும் சிலர், வேறு சில முக்கியமான வற்றை இப்படி பரப்பி வைத்துப் பார்த்து சந்தோஷம் அடையலாம்.

இப்படிச் செய்துகொண்டிருக்கும்போது வேறு எவரும் வரும் சத்தம் கேட்டால், அவசரம் அவசரமாக மூடிவைத்துவிடுவார்கள். ஆக, இது ரகசியமாக ரசிக்கப்படுவது. எவருக்கும் தெரியாமல் தனிமையில் இன்பம் காணுவது. சேர்த்தவற்றை மறுபார்வை பார்த்து மகிழும் செயல்.

இப்படித்தான் என்றில்லை. இதற்கு நேர் எதிராக, இழந்தவற்றை எண்ணிப்பார்த்து, தனிமையில் வருந்துவோரும் உண்டு. உடைந்தவற்றை எடுத்துவைத்துப் பார்ப்பது. மறைந்தவர்களின் படங்களைப் பார்ப்பது. பழகிய இடங்களைப் போய்ப் பார்ப்பது.

'எவ்வளவு பேர் இருந்த இடம்! இப்போது இப்படிக் கிடக்கிறதே!'

மனிதர்களை நினைத்து வேதனைப்படுவது.

'என்னென்ன செய்திருப்பேன்! இப்படி நடந்துகொள்கிறானே!'

'என்னென்ன சொன்னாள்! இப்போது அவள் நடந்துகொள்ளும் விதம்தான் என்ன!'

நடந்து முடிந்தவற்றை எண்ணியெண்ணி ஆகப்போவதுதான் என்ன? அரிக்கின்ற இடத்தில் சொரிந்துகொள்ளும்போது கிடைக்கிற சுகம் போன்றதுதானோ இதுவும்.

இப்படியெல்லாம் சின்னக் குழந்தைகள் செய்தால் பெரியவர்களுக்கு வேடிக்கையாக இருக்கிறது. காதலிப்பவர்கள் செய்வதும் மற்றவர்களுக்கு நகைப்புக்குரியதாகவேபடுகிறது.

அதே போன்றதுதானே மற்றவர்களின் பரப்பிவைத்து படும் சந்தோஷமோ வருத்தமோவும் கூட.

என்றோ எப்போதோ ஏதோ ஒரு சந்தர்ப்பத்தில் சொல்லியதை விடாமல் பிடித்து வைத்து, பத்திரமாக பாதுகாத்து, அவ்வப்போது தனிமையில் அந்தச் சொற்களை அல்லது அந்த நிகழ்வுகளை நினைத்து மகிழ்வதோ, அல்லது கவலைப்படுவதோ கூட இது போன்றது தான்.

காயம்பட்டு ஆறி வருகிற இடத்தில், தானே மெல்ல வருடிக்கொள்வதும், மிதமாக விரலால் தேய்த்துக்கொள்ளுவதும் கூட ஒரு சுகம் என்பதால்தானே!

ஆனால் பயன்? ஒன்றுமில்லை. தவிர, நேர விரயம். மற்றவற்றைச் செய்ய முடியாமல் போகும்.

மறக்க முடியவில்லையே என்று மனது எதிர்வாதம் செய்யலாம். அதற்கு ஒரு வழி இருக்கிறது.

மனது, சும்மா இருந்தால்தானே அதனால் இப்படிபட்ட பலனற்ற வேலைகளைச் செய்யும். அதற்கு வேறு வேலை கொடுக்கலாம். தீவிரமான வேலை. ஓடுவது, உடற்பயிற்சி செய்வது, நாட்டியம் ஆடுவது, பாடுவது என்று உடம்பு ஈடுபட்டுச் செய்யவேண்டிய வேலைகளில் ஈடுபடலாம்.

அதீத மனவருத்தமோ சந்தோஷமோ அது ஆக்கப்பூர்வமாகச் செய்யவேண்டியவற்றைச் செய்யவிடாமல் தடுக்கும். அந்த பாதிப்பைத் தடுக்க வேண்டுமானால், அதைப்பற்றி நினைக்காமல் இருப்பது ஒரு வழி. சொன்னால் மனது கேட்காது. அதனால் அதற்கு நினைக்க நேரம் கொடுக்காமல் செய்ய வேலை கொடுக்க வேண்டும். உருப்படியானதைத் தீவிரமாகச் செய்ய ஆரம்பித்த பிறகு, மனதுக்குக் கவலைப்பட நேரமில்லாமல் போய்விடும்.

வருத்தமாக இருக்கிற நேரம், மனது கவலைப்படுகிற நேரம், தீவிரமான உடல் உழைப்பு ஆட்டத்தில் இறங்கிவிடவேண்டும். அசதி ஆகிறவரை விடாமல் ஆடவேண்டும். அல்லது சமையல் அல்லது தோட்ட வேலை அல்லது காரைத் துடைப்பது. இப்படி ஏதாகிலும் ஈடுப்பாட்டுடன் லயித்துச் செய்யவேண்டிய வேலை எதையாவது செய்யத் துவங்கிவிடவேண்டும்.

சில்லரைகளை எண்ணிக்கொண்டேயிருப்பார்கள் சில வியாபாரிகள். சந்தோஷமாக இருப்பதற்கும் வருத்தமாக

இருப்பதற்கும் அதுவே காரணம். எண்ணாமல் விட்டுவிடலாம். அடிக்கடி எண்ணுவதால் பலன் இல்லை.

கணக்கே பார்க்காமல் இருப்பது ஒரு முறை. கணக்கை அடிக்கடி பார்த்துக்கொண்டிருப்பது ஒருமுறை. எப்போதாவது கணக்குப் பார்ப்பது மூன்றவது முறை. அது போதும்.

நன்றலது அன்றே மறப்பது நன்று என்கிற வள்ளுவரின் அறிவுரை உளவியல் பூர்வமானது.

[21]

கேட்பதன் தாக்கம்

சில ஆண்டுகளுக்கு முன்பு, காரில் சென்னையில் இருந்து திருச்சிக்குப் போன போது நடந்தது இது.

நான் வாகனத்தை ஓட்ட, குடும்பத்தினர் பின் இருக்கைகளில் அமர்ந்திருந்தனர். வண்டி தாம்பரம் தாண்டியதும், பாட்டு கேட்கலாம் என் நினைத்து கார் டெக்கில் இருந்த இசைத்தட்டைச் சுழலவிட்டேன்.

'காற்றே... என் வாசல் வந்தாய்.. மெதுவாகக் கதவு திறந்தாய்...'

வைரமுத்துவின் வரிகளை, ஏ. ஆர். ரகுமான் இசையில் உன்னிக்கிருஷ்ணன் மென்மையாகப் பாட, ரசித்தபடியே காரை ஓட்டினேன். விடிகாலை நேரம். லேசாக திறந்திருந்த கண்ணாடி கதவு வழியாக உள்ளே வந்த காற்று தலைமுடியைச் செல்லமாகக் கலைத்தது. சாலையின் இரு பக்கங்களிலும் இருந்தவற்றின் மீது பார்வையை ஓடவிட்டபடி காரை ஓட்டினேன். கார் சீரான வேகத்தில் போய்க் கொண்டிருந்தது.

சற்று நேரம் ஆகியிருக்கும். பின் இருக்கையில் அமர்ந்திருந்த மகன் உரிமையாய் அதட்டினான். 'பாட்டை மாத்துங்கப்பா...' பிறகு அவனே அவனுடைய ஐபாடில் இருந்த ஒரு பாட்டை ஓட விட்டான்.

ஏதோ ஒரு பாட்டு. நினைவில்லை. ஆனால் அந்தப் பாட்டும் நன்றாகத்தான் இருந்தது. ஃபாஸ்ட் பீட் சாங் என்பார்களே, அப்படிபட்ட வேகமான இசையுடனான பாட்டு அது. நானும் ரசித்தேன் என்றுதான் நினைக்கிறேன். இந்தமுறை இடை மறித்தது என் மனைவியின் குரல்.

'என்ன இவ்வளவு வேகமா கார் ஓட்டுறீங்க. மெதுவாப் போங்க.'

'என்ன! நான் வேகமாக ஓட்டுகிறேனா?' அது என் வழக்கமில்லையே! ஸ்பீடாமீட்டரை பார்த்தேன். அட! ஆமாம் முள் எண்பதுக்கும் தொண்ணூறுக்கும் நடுவில் தடுமாறிக் கொண்டிருந்தது. சற்று முன்னர்கூட அறுபது கி.மீ வேகத்தில்தானே போய்க்கொண்டிருந்தேன். என்ன ஆயிற்று எனக்கு? ஏன் இப்படி திடுமென வேகம் எடுத்தேன்?

உங்களில் சிலர் யூகித்திருக்கலாம். என் வேகம் கூடியதற்குக் காரணம், வண்டியில் ஓடிக்கொண்டிருந்த பாட்டுதான் என்று. ஐபாடில் போடப்பட்ட பாட்டுக்கும், வண்டியின் வேக மாற்றத்துக்கும் என்ன தொடர்பு இருக்கமுடியும் என்று வேறு சிலருக்கு சந்தேகம் வரலாம். நிற்க.

சில ஆண்டுகளுக்கு முன் பணிசெய்த நிறுவனம் ஏற்பாடு செய்திருந்த பயிற்சி வகுப்பில் கலந்து கொண்டேன். பயிற்சியாளர் எங்களுக்கெல்லாம் ஒரு வேலை (எக்ஸ்சர்சைஸ்) கொடுத்தார். அந்த வேலை, நடனம் ஆடவேண்டியது. ஆமாம் டான்ஸ்தான்.

முதலில் அனைவரையும் எழுந்து நிற்கச் சொன்னார். நின்றோம்.

'ஆடத் தெரியாது என்றெல்லாம் எவரும் சொல்லவேண்டாம். இது எளிமையான நடனம்தான். கூச்சமும் வேண்டாம். ஆடப்போவது அறைக்குள்தானே! அதுவும் அத்துனை பேரும் ஒன்றாக ஆடும்போது எவரும் எவரையும் பார்த்துக்கொண்டிருக்க முடியாது. ஆகவே தைரியமாக ஆடுங்கள். ஆனால்....' சொல்லிவிட்டு சற்று இடைவெளிகொடுத்துவிட்டு தொடர்ந்தார்.

‘நான் ஆடுவது போலத்தான் ஆடவேண்டும். வேறுமாதிரி ஆடக்கூடாது. இது முக்கியம். சரி, இப்போது நான் ஆடுவதை நன்றாக கவனியுங்கள்.’

கால்களை நன்கு அகட்டி நின்றார். கைகள் இரண்டையும் இரு பக்க இடுப்பிலும் வைத்துக்கொண்டார். பின் கைகளை மெல்ல தலைக்கு மேலே தூக்கி, ஒன்று சேர்த்தார். அதன்பின், தலையை மெல்ல வலது இடது பக்கங்களில் திருப்பினார். அடுத்து, கைகளை அப்படியே மெல்ல மேலிருந்து கீழ் இறக்கி மீண்டும் இடுப்புக்கு கொண்டு வந்தார். அவர் மெதுவாக இப்படிச் செய்ததைப் பார்த்தபோது, ஏதோ பரத நாட்டிய அபிநயம் பிடித்தது போல இருந்தது.

‘நான் ஆடியது போலவே ஆடினால், இதோ மேசையின் மீது இருக்கிறதே இந்த ஒரு கிலோ சாக்லேட் கேக் முழுதும் உங்களுக்குத்தான். சரி, யார் சரியாக ஆடுகிறீர்கள் என்று பார்க்கலாம்.’

‘இதென்ன பெரிய சிரமம்! நான் ஆடுகிறேன் பாருங்கள்’ என்று பலரும் சொன்னார்கள். பயிற்சியாளர் இடைமறித்தார்.

‘இன்னொரு முக்கியமான விஷயம். ஆடுவது என்றால் ஒப்புக்கு ஐந்து பத்து வினாடிகள் அல்ல. நான் பாட்டை நிறுத்தும் வரை தொடர்ந்து ஆடவேண்டும். நான் ஆடியதைப் போலவே’.

‘ஓக்கே, ஒக்கே.’

அவர் சொல்லியிருந்தபடி ஆடுவதற்காக ஆயத்தமாக நின்றவர்கள், பாட்டு போடப்பட்டதும் சத்தமாக வாய்விட்டுச் சிரித்தபடி பலரும் போட்டியில் இருந்து, ‘நம்மால முடியாதப்பா’ என்று கழன்றுகொண்டார்கள்.

காரணம் இதுதான். போடப்பட்ட பாட்டு, ‘மன்மத ராசா மன்மத ராசா’ என்பது போன்ற ஒரு ஆங்கிலப் பாட்டு. பரபரப்பான இசை. அதை இசை என்று சொல்லமுடியாது. அதிர்ந்த டிரம்ஸ். குதித்து ஆடத்தூண்டும் ‘பீட்ஸ்’. ‘அதற்குப்போய் எப்படி அபிநயம் பிடிப்பது போல ஆடமுடியும்?’

ஆனாலும் விடாமல் ஆட முயற்சித்த விடாக்கண்டர்களைச் சுற்றி நின்று மற்றவர்கள் சிரித்தார்கள். மொத்தத்தில் எவராலும் அந்த வேகமான பாட்டுக்கு நிதானமாக ஆட முடியவில்லை.

ஒரு கட்டத்தில் எல்லோருமே முடியாமல் ஆடுவதை விட்டுவிட, பயிற்சியாளர் 'போட்டி இன்னும் முடியவில்லை' என்றாரே, பார்க்கவேண்டும்.

அடுத்து அவர் வைத்த போட்டி, நிதானமான பாட்டுக்கு, வேகமாக குத்துப்பாட்டுக்கு ஆடுவதுபோல ஆடவேண்டும் என்பது. முன்னதைவிட இது சுலபம்தான் என்றுதான் நினைத்தோம். ஆனால் அதிலும் பெரும்பாலானவர்களுக்குத் தோல்விதான் கிடைத்தது.

காதில் விழுகிற இசைக்கு ஏற்ற வேகத்தில் கார் ஓட்டப்பட்டது என்பது முதல் நிகழ்வு தந்த புரிதல். காதில் விழுகிற இசைக்கு மாறாக முயன்றாலும் ஆடமுடியவில்லை என்பது அடுத்த நிகழ்வு உணர்த்திய யதார்த்தம்.

இரண்டு நிகழ்வுகளும் தெரிவிப்பதென்ன? சுற்றி நடப்பனவற்றில் இருந்து மனது உணர்வைப் பெறுகிறது. மனது பெறுகிற,

இருக்கிற உணர்வுக்கு ஒப்ப, ஒருவரது செயல்கள், நடவடிக்கைகள் அமைகின்றன.

கேட்கும் சொற்கள், மனதுக்குள் போய் மாற்றங்களை உருவாக்குவது போல, கேட்பவர்களின் செயல்கள் மீது தக்கம் கொடுப்பது போல, வெளிப்படையாக தெரியாத சப்தங்களாலும் மனது தாக்கம் அடைகிறது. அதன் மூலம் உணர்வும், உணர்வால் ஒருவரது நடவடிக்கைகளும் மாற்றம் அடைகின்றன.

இதனால், ஒருவர் இருக்கிற இடங்கள் முக்கியமாகின்றன. உண்கிற உணவால் மட்டுமல்ல, கேட்கிற நேரடி விஷயங்களால் மட்டுமல்ல, காதில் விழுகிற சப்தங்களால் கூட மனதின் உணர்வுகளும் அதன்மூலம் செயல்களும் தாக்கம் அடைகின்றன.

சில இடங்களின் அசாத்திய அமைதி, அங்கே போகிறவர்களையும் ஆட்கொள்ளும் ; ரம்மியமான இசை மனதை வருடிவிடும், சாந்தப்படுத்தும். எப்போதும் சண்டை சச்சரவுக்கு நடுவில் இருக்கும் நபர்களின் செயல்கள் அவர்கள் அறியாமல் பாதிப்புக்கு உள்ளாகும்.

சில நேரங்களில் காரணமின்றி ஏன் எரிச்சல் அடைகிறோம், ஏன் உற்சாகம் இழக்கிறோம், ஏன் பதற்றம் அடைகிறோம் என்பனவற்றுக்கான காரணங்களில் சில இப்படிப்பட்ட வற்றிலும் இருக்கலாம்.

இதனால்தான் சிலர் அமைதியாக இருக்கும் விடிகாலை நேரங்களை அருமையான பொழுதுகளாகப் பார்க்கிறார்கள். முக்கிய வேலைகளைச் செய்ய அந்த நேரங்களைத் தேர்ந்தெடுக்கிறார்கள். சிலர் ஆட்கள் நடமாடாத இடங்களைத் தேடிப் போய்விடுகிறார்கள். உயர்ந்த வேலைகளை செய்ய விழைகிறவர்கள், தனிமையைத் தேடுகிறார்கள்.

[22]
கலந்துவிடும் உணர்வு

நண்பர் வீட்டுக்குப் போயிருந்தோம். சிறிது நேரம் பேசிக் கொண்டிருந்த பிறகு 'என்ன சாப்பிடுகிறீர்கள்?' என்றார்கள். பிறகு, அவர்களே ஒரு பெரிய தட்டில் வைத்து தோல் சீவி, நறுக்கிய மாம்பழம் எடுத்து வந்தார்கள். நல்ல சிவப்பில் கனிந்திருந்த மாம்பழத் துண்டுகள்.

அந்தத் தட்டில் அதிகம் இருந்ததால், வேறு ஒரு தட்டு கொண்டு வரச் சொல்லி, அதில் சிறிய அளவு எடுத்துக்கொள்ளலாம் என்று நினைத்தேன். கேட்டேன். கொண்டுவந்தார்கள். பெரிய தட்டிலிருந்து சிறிய தட்டுக்குக் கரண்டி ஒன்றால் சில துண்டுகளை எடுத்துப்போட முயன்றார்கள். பிறகு என்ன நினைத்தார்களோ தெரியவில்லை, 'கொஞ்சம் பொறுங்கள் வேறு கரண்டி எடுத்து வருகிறேன் என்று போனார்கள்.'

நல்ல இனிப்பான மாம்பழம். ரசித்து சாப்பிட்டபடி கேட்டேன், 'ஏன் அவ்வளவு முக்கியமாக அந்தக் கரண்டியைத் தவிர்த்தீர்கள்?'

'சிறிது நேரம் முன்புதான் அந்தக் கரண்டியால் அரைத்த காப்பிப்பொடியை அள்ளினேன். கரண்டியில் காப்பிப்பொடி வாசனை போயிருக்காது. அது, மாம்பழத்தின் வாசனையைக் கெடுத்துவிடும். அதனால்தான்'.

அவர்கள் இப்படிச் சொல்லியதும் வேறு ஒருவருடனான உரையாடல் என் நினைவுக்கு வந்தது. வேண்டிய ஒரு இளைஞனுடன் நடந்த உரையாடல்.

'இன்று மாலை நேரமிருக்கிறது அல்லவா? அவரைப் போய்ப் பார்த்துவிடேன்.'

‘இன்றைக்கு வேண்டாம். இன்னும் இரண்டு நாட்கள் போகட்டும்.’

‘ஏன், இன்றைக்கு என்ன?’

‘அலுவலகத்தில் சில சிக்கல்கள். வீட்டில் கொஞ்சம் பிரச்னை. அதனால் மனது டென்ஷனாக இருக்கிறது. எரிச்சல் மேலோங்கியிருக்கிறது. அதனால்...’

‘அதனால்?’

‘முக்கியமானவற்றைத் தீர்மானிப்பவர்களை இந்த நேரம் சந்திக்கவேண்டாம் என்று நினைக்கிறேன்.’

அட என்ன ஒரு தெளிவு! தன் மனநிலை பற்றி அறிந்திருப்பது. அதைத் துல்லியமாக எடை போட முடிவது. அதை ஏற்றுக்கொள்ளுவது. தவிர, வேறு எவை முக்கியமானவை என்று புரிந்து வைத்திருப்பது; இரண்டும் கலந்துவிடாமல் பார்த்து கொள்ளவேண்டும் என்று எச்சரிக்கையாக இருக்க முயற்சி செய்வது.

இது போதாது? காப்பித்தூள் அள்ளிய கரண்டி, மிளகாய் கிள்ளிய விரல்கள், எரிச்சலில் இருக்கும் மனநிலை. இவை எல்லாம் அடுத்துச் செய்பவனற்றையும் பாதிக்கும். அந்த வாசனை, காரம், எரிச்சல் போகும் வரை காத்திருப்பதுதான் புத்திசாலித்தனம்.

வருத்தம், கோபம் வேறு எதனாலோ, வேறு எவர் மீதோ இருக்கலாம். ஆனாலும், உடன் அல்லது அடுத்து செய்பவற்றிலும் அந்த உணர்வு நம்மை அறியாமல் கலந்துவிடும். கவனம் உதவும்.

[23]
பயம் வேறு எச்சரிக்கையாக இருப்பது வேறு

தொழிற்சாலைகள் வந்த புதிதில் வேலை எப்படி நடந்தது? தொழிலாளர்கள் வேலை செய்வார்கள். அவர்கள் சரியாக வேலை செய்வதை உறுதிசெய்ய மேற்பார்வையாளர்கள் சுற்றி வருவார்கள். ஊழியர்களை விரட்டி வேலை வாங்குவார்கள். மாட்டு வண்டிக்காரன் கையில் சவுக்கோடு வண்டி ஓட்டுவது போலக்கூட ஆரம்ப காலங்களில் நடந்திருக்கிறது.

நோக்கம் என்ன? தொழிலாளர்கள் எவரும் ஏமாற்றி விடக்கூடாது. வேலை முடிய வேண்டும் என்பதுதான்.

காலம் மாறியது. அடி உதைகள் இல்லை. மிரட்டல் குறைந்தது. ஆனாலும் வேலை சரியாக நடக்கிறதா என்று கண்காணிக்க மேற்பார்வையாளர் இருக்கவே செய்கிறார். வேலை செய்பவர்களுக்கு அருகிலேயே இருப்பார். பக்கத்தில் நின்று வேலை நடக்கிறதா என்று பார்ப்பார். ஆயிற்றா என்று அடிக்கடி கேட்பார். 'உம்... உம் ஆகட்டும். நேரமாகிறது' என்பது போல விரட்டுவார்.

நடப்பதை இரண்டு பகுதிகளாகப் பிரித்தால் இப்படி இருக்கும். ஒன்று வேலை செய்வது. இரண்டாவது வேலை செய்யத் தூண்டுவது.

முதல் பகுதி பற்றி பேச்சு இல்லை. அது அவசியம். இரண்டாவது பகுதி? அது இல்லாமல் முடியாதா?

பக்கத்திலேயே ஒருவர் நின்று, 'ஆகட்டும் ஆகட்டும்' என்று விரட்டுவது உதவியா, தொந்தரவா?

சொல்லும் வாய்ப்பிருந்தால் ஊழியர்கள் என்ன சொல்லுவார்கள்: 'நகர்ந்து போங்க சார். என்னை வேலை செய்யவிடுங்க' என்று தானே.

பக்கத்திலேயே நின்றுகொண்டு இப்படிச் செய், அப்படிச் செய் என்று சொல்லுவதை பிள்ளைகள் கூட விரும்புவ தில்லை. 'நகருங்கள் நானே செய்கிறேன்' என்பார்கள்.

'நீங்கள் பக்கத்தில் நிற்பது பிரச்னை. அதனால்தான் தவறுகிறது' என்பார்கள்.

மறுக்க முடியுமா?

'அக்கறை காரணமாகத்தானே நிற்கிறேன். இதில் என்ன பிரச்னை? நீ உன் பாட்டுக்கு செய்' என்று சொல்லலாம். அக்கறைதான். யார் இல்லை என்றது? ஆனாலும் வேலை நடைபெற, ஒழுங்காக முடிவதற்கு அது தொந்தரவுதான்.

'மிக முக்கியமானது தம்பி. பார்த்து பார்த்து' என்று கூடவே இருந்து பதறுவார்கள் சிலர். இது எப்படி? இதையும் தவிர்க்க வேண்டுமா?

முக்கியமானதோ இல்லையோ. செய்யும்போது பக்கத்தில் இருந்து ஏதாவது சொல்லிக்கொண்டேயிருந்தால் அது தொந்தரவுதான்.

ஏன்? யாராவது ஏதாவது சொல்லிக்கொண்டேயிருந்தால் வேலையில் கவனம் செலுத்திச் செய்ய முடியாது.

வெளி வேலைகளில் மட்டும் இப்படி ஆவது இல்லை. எவரும் பக்கத்தில் இல்லாவிட்டாலும் கூட சிலருக்கு இப்படி நேரும். அவர்களாலும் வேலையில் கவனம் செலுத்திச் செய்ய முடியாது.

அவர்கள் தனியாகத்தானே இருக்கிறார்கள். அருகில் எவரும் இல்லையே. பிறகு என்னவாம்?

அவர் கூட யாரும் இல்லைதான். அவர் தனியாகத்தான் இருக்கிறார். ஆனால், அவருக்குள் ஒன்றுக்கும் மேற்பட்டவர்கள் உண்டே. வேலை இடத்தில் இருக்கும் இரண்டு வகையினர் போல, எல்லோர் மனசுக்குள்ளும் இருவர் இருக்கிறார்கள். இரண்டு வகையினர்.

ஒருவர் மிஸ்டர் உணர்வு. மற்றொருவர் மிஸ்டர் அறிவு - திறன்.

அறிவும் திறனும் வேலை செய்யும் ஊழியரைப் போல. உணர்வு மேற்பார்வை செய்பவரைப் போல; அக்கறையுள்ள பெற்றோரைப் போல.

'அடுத்த மாசம் தேர்வு வருது. கொஞ்சமாவது பயம் இருக்கா பாருங்க. அவன் பாட்டுக்கு யாரோ பரீட்சை எழுதப்போற மாதிரி இருக்கான்.'

'ஆமாம். அடுத்த மாசம் எக்ஸாம் வருதுதான். அதுக்கு இப்ப என்ன பண்ணனும் என்று சொல்லுறீங்க அம்மா?'

'ஒரு பயம், பதற்றம் இருக்கா பாருங்க! அதுக்கு என்னங்குற மாதிரி கேட்கிறான்!'

பயமோ பதற்றமோ இருக்கவேண்டும் என்கிறார்களே அது அந்த மாணவனுக்கு உதவியா தொந்தரவா? அவற்றால் அவன் படிக்கிற வேலை கெடுமா, சிறப்பாக முடியுமா?

விளையாட்டுப்போட்டி நடக்கிறது. இறுதிக்கட்டம். ஆட்டம் முடிய இன்னும் சில மணித்துளிகளே இருக்கின்றன. ஆடுபவர் நிதானமாக இருந்தால் வெற்றி கிடைக்குமா? பதற்றம் அடைந்தால் கிடைக்குமா?

தேர்வுக்கு ஆயத்தம் செய்வது முக்கியமா, பதற்றப்படுவது முக்கியமா? பயம், பதற்றம் எல்லாம் எங்கிருந்து வருகின்றன? தனியாக இருந்தாலும் எவரும் விரட்டாவிட்டாலும் அவை வருகிறதென்றால் அதற்கு யார் காரணம்? அவை எங்கிருந்து வருகின்றன?

எல்லாம் உள்ளிருந்துதான் வருகின்றன. 'முடிக்க வேண்டுமே, நேரமாகிறதே. முக்கியமானது ஆயிற்றே. இது போனால்

பிரச்னை அல்லவா. அடடா இவர் பார்க்கிறாரே...' எல்லாம் உணர்வு செய்யும் வேலை. உணர்வு தேவைதான். ஆனால் அதன் அளவு முக்கியம். அதிகமானால் பிரச்னைதான். தொடக்கத்தில் இருக்க வேண்டியதுதான். ஆனால் அது தொடரக்கூடாது.

பயம் வேறு. எச்சரிக்கையாக இருப்பது வேறு. கவனமாக இருப்பது வேறு, பதற்றம் அடைவது வேறு. ஆயத்தம் செய்வது வேறு, அச்சப்படுவது வேறு.

எடுத்த செயல் முடிக்க, வெற்றி பெற, எச்சரிக்கையாக இருக்க வேண்டியதுதான். கவனமாக செய்யவேண்டும்தான். ஆனால் பயம், பதற்றம் போன்றவை உதவாது. மாறாகக் கெடுதலே செய்யும்.

வெளியில் இருந்து விரட்டுபவர்களை ஒதுக்கவேண்டும். அதேபோல, உள்ளிருந்து கிளம்பும் பரபரப்பையும் தவிர்க்க வேண்டும். நிதானமே பலம்.

மனதின் கூச்சலை, சத்தத்தை அடக்கவேண்டும். என்ன, எவ்வளவு, எப்போது செய்ய வேண்டும் என்பதை எல்லாம் ஒரு முறை முழுமையாக ஆழமாக யோசித்துவிட்டால் போதும். அதன் பிறகு செயலாக்கம்தான். அக்கறை காரணமாக கூட எவரும் பேசக்கூடாது. அவரவர் மனது உள்பட.

[24]

வெற்றியாளர்களின் கருவி

அந்த நபரை எனக்கு நன்றாகத் தெரியும். பல ஆண்டுகளாக எங்களுக்குள் பரிச்சயம் உண்டு. வயது 50 இருக்கலாம். மெலிந்த தேகம். அதிகம் சாப்பிடமாட்டார். சீக்கிரத்தில் சோர்வடைந்துவிடுவார். அதிகம் வேலை செய்ய முடியாதவர். பெயர் சரவணன் என்று வைத்துக்கொள்ளுவோம்.

சரவணனுடன் சேர்ந்து ஒரு நிகழ்ச்சிக்குப் போக வேண்டிவந்தது. கிளம்பிப் போனோம். அது ஒரு திருமண நிகழ்வு. காலை 9 மணிக்கு முகூர்த்தம். விடிவதற்கு முன்பாகவே கிளம்பவேண்டும் என்று சரவணன் கட்டாயப்படுத்தினார். வாடகைக் கார் எடுத்துக் கொண்டு சுமார் 6 மணிக்கெல்லாம் மண்டபத்தை அடைந்து விட்டோம்.

காரில் இருந்து இறங்கினோம். இறங்கியதுதான் தாமதம், சரவணன் ஓடாத குறையாக கட்டடத்துக்குள் நுழைந்தார். கீழ் தளத்தில் வேறு ஒரு திருமணம். நாங்கள் போக வேண்டியது இரண்டாவது மாடி மண்டபத்துக்கு.

லிஃப்டுக்காக காத்திருந்தோம். அதுசமயம் லிஃப்ட் மூன்றாவது மாடியிலிருப்பதாக சிவப்பு நிறத்தில் ஒளிர்ந்த எண், 3 என்று காட்டியது. லிஃப்ட் அங்கிருந்து இறங்கி நாங்கள் நிற்கும் கிரவுண்ட் ஃபுளோருக்கு வரவேண்டும். அதன் பின்தான் நாங்கள் 2 வது தளத்திலிருக்கும் மண்டபத்துக்குப் போகமுடியும்.

லிஃப்ட் உடனடியாக கீழே வரவில்லை. 3 என்கிற சிவப்பு நிற எண் மாறாமல் சில வினாடிகள் அப்படியே இருந்தது.

சரவணன் பொறுமை இல்லாமல் மீண்டும் மீண்டும் லிஃப்ட்டைக் கீழே வரவழைக்கிற பொத்தானை அழுத்தினார். அங்கே நாங்கள் நின்ற 5, 10 வினாடிகளுக்குள் பலமுறை பொத்தானை அழுத்திவிட்டார். பிறகு, 'லிஃப்ட் வர்ற மாதிரி தெரியலை. நான் படிக்கட்டு வழியாகப் போகிறேன்' என்று, மடமடவென மேலே ஏறத் தொடங்கிவிட்டார்.

சரவணனை நன்கு தெரிந்துவைத்திருந்த என்னால் நம்பவே முடியவில்லை. சரவணனா இப்படி என்கிற வியப்பு மேலிட நானும் அவர் பின்னாலே படிக்கட்டுகளில் ஏறினேன். என்னால் அன்றைக்கு அவர் வேகத்துக்கு ஈடுகொடுக்க முடியவில்லை. சரவணன் ஒவ்வொரு படியாக ஏறிப்போகவில்லை. இரண்டிரண்டாகத் தாவித்தாவி போனார்.

இது என்ன அதிசயம்! அவரால் எப்படி வழக்கத்துக்கு மாறாக, அவரால் இயலாத அளவு வேகமாக செயல்பட முடிகிறது என்று யோசித்தேன்.

நாங்கள் போயிருந்தது, சரவணனின் பால்ய காலத்து சிநேகிதர் வீட்டுத் திருமணம். திருமணம் செய்பவர் எனக்கும் தெரிந்தவர்தான். ஆனாலும் சரவணனுக்கு மிகவும் வேண்டியவர். திருமணம் செய்பவரின் பொருளாதார நிலை, பிறர் ஆதரவு இல்லாத நிலை போன்றவற்றை பற்றி, சரவணனுக்கு தெரியவந்து, அதற்காக மிகவும் வருந்தினார். தன்னால் ஆன உதவிகள் செய்திருந்தார்.

அவ்வளவு உடல் வலு இல்லாத சரவணனால் அன்று மட்டும் எப்படி அவ்வாறு நடந்துகொள்ள முடிந்தது? எங்கிருந்து அவ்வளவு தெம்பும் சக்தியும் வந்தன?

எல்லாம் மனசு செய்கிற வேலை. மனசுதான் உடம்புக்கு எஜமான். அது கொடு என்றால், உடம்புக்கு வேறு வழியில்லை. முடியாதது என்கிற பேச்சுக்கே இடமில்லை. சரவணன் மனசு முழுக்க பால்ய கால நண்பனின் சிரமங்களும் அவனுக்குச் செய்யவேண்டிய உதவிகள் பற்றிய நினைப்பு மட்டுமே இருந்தன. அவருடைய உடம்பு அதன் வழக்கங்கள் மறந்து, அதுவரை நினைத்துக் கொண்டிருந்த சாத்தியங்கள் தாண்டி, ஓடி ஓடி, மனதின் கட்டளைகளை நிறைவேற்றியது.

சரவணனுக்கு மட்டும் நேர்வது அல்ல இது. எல்லா இடங் களிலும் எல்லாவற்றிலுமே இப்படித்தான். இது போன்ற வற்றில் மட்டுமல்ல. எல்லாவற்றிலும்தான். மனதின் சக்தி கொண்டு என்னவெல்லாம் செய்ய முடியும்; எவ்வளவு உயரம், தூரம் போக முடியும்; எவற்றையெல்லாம் சாதிக்கமுடியும் என்பதற்கு ஓர் இந்தியப் பெண்மணியை எடுத்துக்காட்டாகச் சொல்லலாம். அதிலும் மற்றவர்களைப் போலில்லாமல் உடலில் ஒரு குறைபாடு கொண்ட ஒருவரை முன்னுதாரணமாகச் சொல்லலாம்.

அவருடைய பெயர் அருணிமா சின்கா. உத்தரப் பிரதேசத்தில் இருக்கும் லக்னோவில் பிறந்தவர். தனது மூன்றாவது வயதில் தந்தையை இழந்தவர்.

அருணிமா சின்கா

அவர் ஒரு கைப்பந்து (வாலிபால்) வீரராகி, நம் இந்திய தேசத்துக்காக விளையாடி சாதனைகள் செய்யும் கனவோடு இருந்தவர். தேசிய அளவிலான கைப்பந்து போட்டிகளில் கலந்துகொண்டார். அதில் தொடர்ந்து முன்னேறக் கடுமையாகப் பயிற்சிகள்செய்தார்.

2011ம் ஆண்டு அவருக்கு CISFல் தலைமை கான்ஸ்டபிள் தேர்வுக்கு அழைப்பு வந்திருந்தது. அதற்காக ரயில் ஏறிப் போனார்.

அந்த ரயில் பயணத்தின்போது அவர் அணிந்திருந்த தங்க சங்கிலியைப் பறிக்க வந்த திருடர்களுடன் போராடினார். தனி ஒருவராக இருந்த அவரை அந்த வழிப்பறிக் கொள்ளையர்கள் ஓடிக்கொண்டிருந்த ரயிலில் இருந்து கீழே தள்ளிவிட்டார்கள். எழ முயன்றார்: அவர் கால் மீது ரயில் ஏறிவிட்டது.

சிகிச்சை அளித்தார்கள். ஆனால் முழங்காலுக்கு கீழ் இருந்த பகுதியை நீக்கும் நிலை ஏற்பட்டது.

தேசத்துக்காகக் கைப்பந்து ஆடும் அவருடைய கனவு கலைந்தது. ஆனால் அவர் கலங்கவில்லை. கைப்பந்து வாய்ப்பு போனால் என்ன... வேறு ஏதாகிலும் செய்யலாம், சாதிக்கலாம் என்று முடிவு செய்தார். அப்படிப்பட்ட சாதனைக்காக அவர் தேர்வு செய்தது: உலகில் மிக அதிக உயரமிருக்கும் சிகரங்களில் ஏறி, அங்கே தேசத்தின் மூவர்ணக்கொடியை ஏற்றுவது!

உடைந்த காலில் தகடுகள் வைத்து செயற்கைக் கால் பொருத்திக் கொண்டார். புதிய இலக்கை அடைய அதற்குரிய பயிற்சிகளைச் செய்ய ஆரம்பித்தார். செயற்கைக் கால் பொருத்திய இரண்டாவது

நாளில் இருந்தே நடக்க ஆரம்பித்துவிட்டார். மருத்துவமனையில் இருந்தவர்கள் வியந்துபோனார்கள்.

டாடா ஸ்டீல் அட்வென்ச்சர் பவுண்டேஷன் (TSAF) வழங்கிய பயிற்சியில் கலந்துகொண்டார். அடுத்த இரண்டு ஆண்டுகள் முழுவதும் ஓய்வோ விடுப்போ எடுக்காமல், பண்டிகைகளுக்குக்கூட வீட்டுக்குப் போகாமல் கடுமையாக மலையேறும் பயிற்சி செய்தார்.

இரண்டு கால்களும் நன்றாக இருக்கும் பலரால் சாதாரண மலைகளில் கூட ஏற முடிவதில்லை. எவரெஸ்ட் உலகின் மிக உயரமான சிகரமான எவரெஸ்டில் ஏறும் இலக்கு எடுத்துக் கொண்டார். 29,050 அடி என்ற இமாலய இலக்கு!

அது எவ்வளவு பெரிய சவால்... எவ்வளவு கடுமையான சூழல்!

ஷெர்பா என்பவரும் அருணிமாவுமாக ஏறினார்கள். அருணிமா அடிக்கடித் தடுமாறி விழுவார். செயற்கைக்கால் நழுவிவிடும். மாட்டிக்கொண்டு தளராமல் பயணத்தைத் தொடர்ந்து மேற்கொள்வார். ஒரு வழியாக, கடும் போராட்டங்களுக்குப் பின் சிகரத்தை நெருங்கிவிட்டார்கள் என்ற நிலையில், இருட்டி விட்டது. தவிர, கொண்டுசென்றிருந்த ஆக்ஸிஜன் தீரும் நிலை. வேறு வழியில்லை. திரும்பி விடலாம் என்றார் ஷெர்பா.

ஆனால், அருணிமா விடவில்லை. 52 நாட்களாக ஏறிவிட்டு, அருகில் வந்ததும் விட்டுவிட்டுத் திரும்புவதா என்று நினைத்தார். இன்னும் கொஞ்சம் இன்னும் கொஞ்சமென மிகசிரமப்பட்டு அன்றே சிகரம் ஏறிவிட்டார். அவர் பின்னாலேயே ஷெர்பாவும் ஏறிவிட்டார்.

உலகின் மிக உயரமான சிகரத்தை ஒரு பெண், அதுவும் ஒரு செயற்கைக் காலுடன் ஏறி வென்றார் என்ற செய்தியை யாராலும் நம்பமுடியவில்லை.

23 மே 2013 எவரெஸ்ட் மீது நின்று, நம் தேசத்தின் மூவர்ணக்கொடியை ஏற்றிவிட்டு, நான் இப்போது உலகின் உயரமான இடத்தில் நிற்கிறேன். பெண்ணால் முடியாது; கால் ஊனமுற்றால் முடியாது என்று சொன்னார்களே. செய்து விட்டேன் பாருங்கள் என்றார்.

அவரைப் பாராட்டி இந்திய அரசு அவருக்கு பத்மஸ்ரீ பட்டம் அளித்தது.

எவரெஸ்ட் சிகரத்தின் மீது அருணிமா சின்கா

இருபத்து ஆறே வயதான அருணிமா சின்கா ஒரு செயற்கை காலுடன் எவெரெஸ்ட், உள்பட பல சிகரங்களை ஏறி வெல்ல முடிந்தது எதனால்?

நடக்கவே சோம்பல்படுபவர்கள் இருக்கிறார்கள்; குறைந்த தூரங்களுக்கு வாகனங்களை எதிர்பார்க்கிறவர்கள் இருக்கிறார்கள். மேலும், குன்றுகள் அல்ல; மலைகள் அல்ல; வெறு சில மாடிகள் இருக்கிற கட்டடங்களில் மேல் தளங்களுக்குப் போக லிஃப்ட் எதிர்பார்ப்பவர்கள் இருக்கிறார்கள். பலரும் நடக்க, ஓட, ஏற சோம்பல் கொண்டிருக்க, முட்டிக்குக் கீழ் காலே இல்லாத ஒருவர் உலகின் மிக உயரமான சிகரத்தில் ஏறி சாதனை செய்திருக்கிறார். இதுபோல இன்னும் பல சிகரங்களில் ஏறி சாதனை செய்திருக்கிறார்.

அவர் வார்த்தைகளில் சொல்வதானால் 'ஊனம் என்பது உடலில் இல்லை; மனதில்தான் இருக்கிறது'; 'எவரெஸ்ட்டும் சாத்தியமே விடாமல் முயற்சி செய்கிறவர்களுக்கு'.

அருணிமா சின்கா இப்படி நினைக்க முடிந்ததற்கு என்ன காரணம்?

வேறு எதுவுமே இல்லை; அவரது மனது மட்டுமே. மனது முடிவு செய்துவிட்டால் பிறகு உடல் வெறும் கருவி மட்டுமே.

பிய்ந்த கைகளால் செயலாற்ற முடியும். உடைந்த கால்களுடன் ஓட முடியும். மலைகள் மட்டுமல்ல; சிகரங்களிலும் ஏற முடியும். எதையும் தியாகம் செய்ய முடியும். தயக்கமில்லாமல், பயமில்லாமல் வெட்கப்படாமல், வேதனைப்படாமல், நேரம் காலம் பார்க்காமல் தேவைப்படுவது எல்லாம் செய்ய முடியும்.

முடியாது என்பதை எல்லாம் முடித்துக் காட்ட முடியும். சாதனையாளர்கள் வெற்றி குறித்து உதட்டளவில் பேசுகிறவர்கள் இல்லை; மேலோட்டமாக யோசிப்பவர்கள் இல்லை; ஒப்புக்குச் செய்ய ஆரம்பித்தவர்கள் இல்லை.

உளப்பூர்வமாக எதுவும் சாத்தியம் என்று நம்புகிறவர்கள். செய்தே ஆகவேண்டும் என்கிற உறுதியோடு இருப்பவர்கள்.

வெற்றியாளர்களின் முக்கியமான கருவி, அவர்களது மனது.

[25]

குவிக்கப்பட்ட கவனமே ஆற்றல்

வீட்டில் அமர்ந்து ஒரு முக்கியமான வேலை செய்து கொண்டிருந்தேன். கைபேசி மணியடித்தது. மிகவும் வேண்டியவர் ஒருவர் பதற்றத்துடன் பேசினார். அவருக்கு ஒரு சிக்கல். அவருடைய அலுவலகத்துக்கு என்னால் உடனடியாக வரமுடியுமா என்று கேட்டார்.

அவசரமாக உடைமாற்றிக்கொண்டு, அவருக்கு உதவக்கூடிய சிலவற்றை எடுத்துக்கொண்டு, வீட்டைப் பூட்டிவிட்டு, மாடியில் இருந்து பதற்றத்துடன் கீழே வந்தேன். பரபரப்பாக காரை எடுத்தேன். நேரம் ஓடிக்கொண்டிருந்தது. வழியில் போக்குவரத்து நெரிசல் இருக்குமே, சமாளித்து துரிதமாக போகவேண்டுமே என்று பதற்றமாக இருந்தது.

காரை கேட்டை விட்டு வெளியே எடுக்கிறேன், எங்கிருந்தோ வந்த என் மனைவி, காருக்கு வெளியில் இருந்து, எனக்கு ஏதோ சைகை செய்தார். அவசரமாக கண்ணாடியை இறக்கி, 'என்ன?' என்று கேட்டேன்.

'ஏன் இவ்வளவு கோபமா கேட்கிறீங்க? என்ன ஆச்சு?'

'அதெல்லாம் கிடக்கட்டும். எதுக்கு இப்ப என்னைப் போகவிடாமல் தடுக்கிறாய்?'

'ஒண்ணுமில்லை. ரொம்ப வேகமா கிளம்புறீங்களே! எங்க போறீங்க என்று தெரிந்துகொள்ளத்தான்.'

'அட! இதுக்குத்தான் கிளம்புனவனை நிறுத்தினாயா? சுந்தர்ராஜன் சார் வீட்டுக்கு அவசரமாப் போறேன்.'

'என்ன ஆச்சு அவருக்கு?.'

பதில் சொல்லாமலேயே ஸ்டியரிங்கை ஒடித்து, வண்டியைத் திருப்பி, சுந்தர்ராஜன் வீட்டை நோக்கி வேகமாக ஓட்டினேன்.

சற்று தூரம் போனதும், பதற்றம் குறைந்து, நிதானம் வந்தது. உடன், சாதாரணமாக மனைவி கேட்ட கேள்விக்கு நான் ஏன் அவ்வளவு சத்தமாகவும் பதற்றத்துடனும் பதில் சொன்னேன் என்றும், என்ன ஆச்சு அவருக்கு என்ற ஒரு கேள்விக்கு பதில் சொல்லாமலேயே வந்தேன் என்றும் சிந்தனை ஓடியது.

பல்வேறு பொருட்களை உற்பத்தி செய்யும் பெரிய உற்பத்திக் கூடம் அது. ஒரு நண்பகல் நேரம். நூற்றுக்கணக்கானவர்கள் அவர்களுக்கு ஒதுக்கப்பட்டிருந்த பல்வேறு வேலைகளை மும்முரமாகச் செய்துகொண்டிருக்கிறார்கள்.

திடீரென முதலாளி ஓடிவருகிறார்.

'பின்புறம் குடோனில் தீ பிடித்துக்கொண்டு விட்டது. உடனடியாக அதை அணைத்துச் சரி செய்தாகவேண்டும்' என்று கத்துகிறார். அபாயச் சங்கு அடிக்கிறது. எல்லோரும் செய்துகொண்டிருந்தவற்றை அப்படி அப்படியே போட்டுவிட்டு, அவர் பின்னால் ஓடுகிறார்கள். தீயை அணைக்கிற வேலையில் ஈடுபடுகிறார்கள்.

அந்த நேரம் வெளியில் இருந்து எவராவது உள்ளே வந்து பொருள் கிடைக்குமா என்றோ, என்ன விலை என்றோ கேட்டால், கேட்டவருக்கு எப்படிப்பட்ட பதில் கிடைக்கும்?

என் நிலைமையும் அப்படித்தான் இருந்திருக்கும் போல. சுந்தர்ராஜன் மிகவும் வேண்டியவர். நல்லவர். பெரியவர். அவருக்கு ஒரு சிரமம். அந்த சிக்கலில் அவர் அதிகம்

மாட்டிக்கொண்டுவிடாமல் இருக்கவேண்டும். சீக்கிரம் போனால்தான் அதற்கு என்னால் உதவ முடியும்.

மனசு முழுவதும் இப்படி நண்பரின் பிரச்னை பற்றி, அதற்கு நான் போகவேண்டிய அவசியம் பற்றி, அங்கே போய் செய்யவேண்டிய வேலைகள் பற்றி, செய்யும் வேலை சுமுகமாக முடியுமா அல்லது சவாலாக இருக்குமா என்பன பற்றியெல்லாம் இருந்த எண்ண ஓட்டம். தீயோ அல்லது வேறு ஏதும் அவசர நிலையோ. முழு மனசும் ஏதோ ஒன்றின் மீது கவனமாக இருக்கையில், மற்ற எதற்கும் முக்கியத்துவம் கொடுப்பதில்லை.

சாப்பாடு எடுத்து வந்தவரை எரிச்சலுடன் விரட்டியிருக்கிறார் தாமஸ் ஆல்வா எடிசன்.

ஆர்கிமெடிஸ் உடம்பில் துணியில்லாமல் குளித்துக் கொண்டிருந்தவர், அவர் மனம்முழுக்க வியாபித்திருந்த அரசரின் கேள்விக்கு விடை கிடைத்ததும், அப்படியே எழுந்து தெருக்களில் ஓடியது அப்படிப்பட்ட நிலையில்தான்.

மனதோடு ஒரு சிட்டிங் | 137

கண்கள் திறந்திருக்கும். காட்சிகள் விழித்திரையில் விழும். ஆனால் மனசுக்கு விபரம் போகாது. அதனால் அவர் பார்த்தும் பார்க்காதவர் ஆகிவிடுகிறார். காதுகளில் அடைப்பு இல்லை. பேசுவது செவிப்பறையில் நன்றாகவே விழுகிறது. ஆனால் கேட்பவர் மனதுக்குள் போவதில்லை. வயிறு பசிக்கும். உணவு தேவைப்படும். ஆனால் அந்த செய்திகள் மனதுக்குள் போனாலும் கவனம் பெறாது.

மொத்த மனமும் காலை அசெம்ளிக்குக் கூடிவிட்ட குழந்தைகள் போல ஒரே இடத்தில் இருக்கும். அந்த நேரம், வேறு இடங்களில் சொல்லப்படும் எதற்கும் மதிப்பிருக்காது.

கண்ணுக்குத் தெரியாவிட்டாலும் எண்ணங்களும் நீரோடை போல, ஆறு போல ஒரு பக்கம் இருந்து வேறு ஒரு பக்கத்துக்கு ஓடுவனதான். எனக்கு வந்த கைபேசி செய்தி போல அல்லது, உற்பத்திக்கூடத்தில் இருந்தவருக்கு முதலாளி சொன்ன பின்புறம் தீப்பிடித்துக்கொண்ட விபரம் போல, திடீரெனத் தாக்கலாம். அதனால், மனதின் மொத்த கவனமும் ஒரே நேரம், உடனடியாக, மொத்தமாக, அந்த புதிய செய்தியின் மீது திரும்பலாம். அது மடை அல்லது அணையின் கதவுகளைத் திறந்த உடன், தண்ணீர் மொத்தமாக ஒரு பக்கம் பாய்வதுபோலத்தான்.

இவற்றை எல்லாம் வைத்துப் பார்க்கும் போது, மனதால் ஒன்றின் மீது கலப்படமற்ற முழு கவனம் வைக்க முடியும் என்பதும், அந்த நேரம், அதற்கு வேறு எதுவுமே முக்கியமாகத் தெரியாமல் போகும் என்பதும் தெரியவருகிறதல்லவா.

ஆபத்து அவசரம் போன்ற நேரங்களில் ஒன்றின் மீது தானாகக் கவனம் திரும்புவது வேறு. சாதாரண நேரங்களிலும் நாம் விரும்புபனவற்றின் மீது அதைத் திரும்ப வைக்க முடிவது என்பது வேறு.

By default அல்ல. By design செய்யவேண்டும். அதுதான் மனதின் மீது இருக்கிற கட்டுப்பாடு.

இப்போதைக்கு இதுதான் என்று முடிவு செய்துகொண்டால், விடாமல் அதையே செய்யமுடிவது. இவ்வளவு நேரம் கழித்துத்தான் அல்லது அடுத்த ஆண்டுதான் அல்லது இன்னும் ஐந்து ஆண்டுகள் கழித்துத்தான் என்றெல்லாம் முடிவு செய்து கொண்டு விட்டு, மனசின் முழு கவனத்தையும் அதன் மீது செலுத்துவது.

படிப்போ, ஒரு பிராஜெக்டோ, குறிப்பிட்ட வேலையோ அல்லது வேறு எதுவுமோ. ஒன்றின் மீது கவனத்தைத் திருப்புவது. முழுமையாக. சிந்தாமல் சேதாரம் இல்லாமல். குவிக்கப்பட்ட கவனமே ஆற்றல் என்கிறார், ஆல்பர்ட் ஐன்ஸ்டீன்.

'நான் உங்களைக் காட்டிலும் அறிவாளி இல்லை. எடுத்துக்கொண்டதை விடாமல் அதிக நேரம் செய்கிறேன்' (முடிவு, வெற்றி கிடைக்கும் வரை!) அவ்வளவுதான் என்கிறார்.

எப்படி ஒரு தபால் தலை, கடிதம் போய் உரியவரிடம் போய்ச் சேருகிற வரை, விடாமல் கடிதத்துடன் ஒட்டிக்கொண்டிருக் கிறதோ அப்படிக் கவனம் இருக்க வேண்டும். எடுத்துக்கொண்ட செயல் முடிகிற வரை, அதே கவனம். அதே நினைப்பு. கர்மமே கண்ணாக!

எவராலும் எதையும் வெற்றிகொள்ள முடியும். தேவைப்படுவதன் மீது ஓர் ராணுவத்தின் ஒழுங்குடன் பாய்ச்சுகிற மனதின் முழு கவனம் அதை சாதிக்கும்.

[26]

மைக்ராஸ்கோப் டெலெஸ்கோப் பார்வைகள்

நிறுவனம் ஒன்றில் பொது மேலாளராக பணிபுரிபவர் ரவிச்சந்திரன். சிறந்த ஊழியர் என்று பெயரெடுத்தவர்.

அலுவலகத்துக்கு அவர் ஒருநாளும் தாமதமாக வந்ததில்லை. ஒன்பது மணிக்கு தொடங்கும் அலுவலகத்துக்கு எட்டே முக்காலுக்கே வந்துவிடுவார். அலுவலக நேரம் மாலை ஆறு மணியுடன் முடிந்தாலும் அவர் எட்டு மணிக்கு முன்னதாகக் கிளம்பியது இல்லை. வார விடுமுறைகளில் வேலை இருந்தால் அன்றைக்கும் அலுவலகத்துக்குப் போய்விடுவார்.

அவருடன் எப்போது பேசினாலும், அன்றைக்கு முடிக்க வேண்டிய வேலைகள், அடுத்தடுத்த நாட்களில் முடிக்கவேண்டிய வேலைகள் பற்றி மிகுந்த அக்கறையுடன் பேசுவார். எந்நேரமும் ஓடிக் கொண்டேயிருப்பார். இத்தனைக்கும் அவர் வயது அறுபது. பணி ஓய்வுக்குப் பின்னும், பணி ஒப்பந்தம் நீட்டிப்பு செய்யப்பட்டு, அதே பதவியில் பொறுப்பில் வேலை செய்பவர்.

எப்படிப்பட்ட மனுஷன்! நிறுவனத்துக்காக எவ்வளவு வேலை செய்கிறார் என்று தொடக்கத்தில் நானும் அவரை சற்று வியப்புடன்தான் பார்த்தேன். நாட்கள் சென்றன. தொடர்ந்து அவரிடம் பல்வேறு கட்டங்களில் பேசிய போது, எனக்கு அவரைப்பற்றி மேலும் கூடுதலாக புரிந்தது. அந்தப் புரிதல், அவர் சொல்லியவற்றால் ஏற்படவில்லை. அவரால் சொல்ல முடியாதவற்றால் ஏற்பட்டது.

இவ்வளவு அக்கறையுடன் வேலை செய்பவரால் அப்படி எதைச் சொல்லமுடியாமல் போயிருக்கும் என்று உங்களுக்கு ஆச்சரியமாக இருக்கலாம். அவரால் சரியாக பதில் சொல்ல முடியாமல் போனவை இவைதான்.

அவர்களுடைய நிறுவனம் எதற்காக குறிப்பிட்ட தொழிலில்/ வியாபாரத்தில் இருக்கிறது? நிறுவனத்தின் வளர்ச்சி எப்படி இருக்கிறது? அதன் வருங்கால வாய்ப்புகள் என்ன? நிறுவனத்தின் மற்ற துறைகளில் இருப்போர், அவர்கள் வேலைகளில் செய்து வரும் மாறுதல்கள் என்ன? கடந்த சில ஆண்டுகளில் அவர் களுடைய பங்களிப்பு எப்படியெல்லாம் மாறிவந்திருக்கிறது? ஏனைய உயரதிகாரிகள் ரவிச்சந்திரன் பற்றி என்ன நினைக் கிறார்கள்? அவர்கள் செயல்பாடுகளுக்கும் ரவிச்சந்திரன் செயல் பாட்டுக்கும் இடையே என்ன வேறுபாடு? ரவிச்சந்திரனுடைய பிள்ளைகள் எந்த நிலைமைகளில் இருக்கிறார்கள்? அவர் களுக்காக அவர் என்ன செய்யவேண்டும்? அறுபது வயதைக் கடக்கிற ரவிச்சந்திரன் இன்னும் எவ்வளவு ஆண்டுகளுக்கு இப்படியாக அலுவலத்தில் வேலை செய்துகொண்டிருக்கப் போகிறார்? அவர் எதை நோக்கிப் போகிறார்.

மிகச்சிறப்பாக வேலை செய்பவராக இருந்தும், உயர் பதவியில் இருந்தும் ரவிச்சந்திரனால் இவற்றையெல்லாம் ஏன் தெரிந்துகொள்ள முடியவில்லை?

காரணம் வேறு ஏதுமில்லை. அவரது மைக்ரோஸ்கோப் பார்வைதான்.

மைக்ரோஸ்கோப் பார்வை என்றால் நுண்நோக்கியில் பார்ப்பது போல் வேலைகளை மிக அருகில் இருந்து கூர்ந்து பார்ப்பதைக் குறிக்கும். ரவிச்சந்திரன் அவருக்கு மிக அருகில் அவற்றின்மீது மிகுந்த கவனம் செலுத்துகிறார். அதனால் அவருக்கு மற்ற ஊழியர்களை காட்டிலும் அலுவலகத்தில் அப்போது நடப்பவை,

உடனடியாக அடுத்து நடக்க வேண்டியவை போன்றவை பற்றி எல்லாம் மற்றவர்களைக் காட்டிலும் மிக அதிகமாகவே தெரியும். அவற்றின்மீது அவரது கவனம் அசாத்தியமானது.

இப்படி அவர் அருகிலிருந்து கூர்ந்து பார்ப்பதால் மிக அதிகமான விபரங்கள் தெரிந்து கொள்கிறார். நல்லதுதான். ஆனால் இப்படி எல்லாவற்றையும் நுண்ணோக்கியில் பார்ப்பதுபோல் கூர்ந்து கவனிப்பதால், மற்றொருவிதமாக பார்க்கும் திறனை காலப் போக்கில் முற்றிலுமாக இழந்துவிடுகிறார்.

அந்தத் திறன் இல்லாததால்தான் மேலே கொடுக்கப்பட்டிருக்கும் கேள்விகளுக்கு அவரால் பதில் சொல்ல முடியவில்லை. அவற்றுக்கான பதில்கள் ரவிச்சந்திரனுக்குத் தெரிய வேண்டு மென்றால் அவர் அவ்வப்போது பார்வையை உயர்த்தி மட்டுமல்ல; தள்ளி நின்று பார்க்க வேண்டும்.

அப்படிச் செய்வதே டெலஸ்கோப் பார்வை. டெலஸ்கோப் என்பது தொலைதூரத்தில் இருப்பவற்றைக் காட்டுவது. அப்படி விலகி நின்று முழுவதையும் பார்க்க முயன்றால் தான் நம்மைச் சுற்றி என்ன நடக்கிறது என்பது தெரியவரும். தவிர மற்றவர்கள் என்ன செய்கிறார்கள், உலகம் நிறுவனமும் எங்கே எந்த திசையில் போய்க்கொண்டிருக்கின்றன? நம் பங்களிப்பு எப்படி பார்க்கப்படுகிறது போன்றவை தெரியவரும்.

சிலர் எதையும் மிகச் சிறப்பாக செய்வார்கள். சிலர் செய்ய வேண்டியவை தவறிவிடாமல் செய்வார்கள்.

ஒரு மாலை நேரம். மாணவன் தனியாக அமர்ந்து படிக்கிறான். மிகக் கவனமாக படிக்கிறான். இது போதுமா? எதைப் படிக்கிறான் என்பதும் முக்கியமல்லவா?

எப்படிச் செய்கிறோம் என்பது மட்டுமல்ல, எதைச் செய்கிறோம் என்பதும் முக்கியம். கிளம்பாத பேருந்தில் எவ்வளவு சீக்கிரம் ஏறி எவ்வளவு நல்ல இடத்தில் உட்கார்ந்தால் தான் என்ன? பேருந்து கிளம்புமா என்று பார்க்கவேண்டும். எந்த ஊருக்குப் போகும் பேருந்து என்று பார்க்க வேண்டும்.

ISO தரச் சான்று ஆய்வுகளில் இரண்டு வகையானவை உண்டு. ஒன்று, செய்யவேண்டியபடி செய்கிறார்களா என்று பார்க்கிற ஆய்வு. அதை கம்ப்ளையன்ஸ் ஆடிட் என்பார்கள். நிறுவனம் அது எதை எதை எல்லாம் செய்வதாகச் சொல்கிறதோ அதையெல்லாம் சரியாகச் செய்கிறதா என்று சோதனை செய்வது. இது திறமையாக வேலை செய்கிறார்களா என்று பார்ப்பது மைக்ரோஸ்கோப் பார்வைக்கு இணையானது.

அதே அமைப்பு செய்யும் மற்றொரு முக்கிய ஆய்வு, அடிக்குவசி ஆடிட். அதாவது நிறுவனம் சிறப்பாக செயல்படத் தேவையானதை எல்லாம் செய்வதாகச் சொல்கிறதா? (எழுதிக் கொண்டிருக்கிறதா?) என்று பார்ப்பது. இது செயல்திறனுக்குச் சமம். பார்வையில் டெலெஸ்கோப் பார்வைக்கு நிகர் என்று சொல்லலாம்.

ஆக, எப்படிச் செய்கிறோம் என்பது மட்டுமல்ல. எதைச் செய்கிறோம் என்பதும் முக்கியம்.

டெலெஸ்கோப் பார்வை பார்த்தால்தான் எதைச் செய்கிறோம் என்பதும் அதனால் பலன் உண்டா இல்லையா என்பதும் தெரியவரும். மைக்ரோஸ்கோப் பார்வை பார்த்தால் செய்வதைச் சிறப்பாகச் செய்யமுடியும்.

ஆக, எதைச் செய்யலாம் என்று முடிவு செய்வதற்கு டெலெஸ்கோப் பார்வையையும், எப்படிச் செய்யவேண்டும் என்பதற்கு மைக்ரோஸ்கோப் பார்வையையும் பயன்படுத்தலாம்.

[27]

புதையல் இருக்கும் கிணறு

மூளையை பார்க்க முடியும். ஏன் அறுவை சிகிச்சை நிபுணர்களால் அதைத் தொடக்கூட முடியும். ஆராயவும் முடியும். ஆனால், மனம் என்பது அப்படிப்பட்ட பௌதிகப் பொருளல்ல. அதற்கு உருவம் கிடையாது. உடம்பில் அது எங்கே இருக்கிறது என்பதும் தெரியாது.

ஆனாலும் மனம் இருக்கிறது. அதில் பல அடுக்குகள் இருக்கின்றன. அதை புரிந்து கொள்வதற்காக அதை ஒரு கிணற்றுடன் ஒப்பிடலாம். மனம் என்பது பல சுற்றுகள் இருக்கிற ஒரு கிணறு போன்றது. உதாரணத்துக்கு அதில் பத்து அடுக்குகள் இருக்கின்றன என்று வைத்துக்கொள்வோம். அந்தப் பத்து அடுக்கு கிணறு, மண்மூடி பூமியில் புதைந்து கிடக்கிறது. மேலிருந்து பார்த்தால் எதுவும் தெரியவில்லை. புதையுண்ட, தூர்ந்து போன கிணறு அது. அல்லது நீரோட்டம் இருக்கும். ஆனால் இன்னமும் அது தோண்டப்படாத கேணி. அதன் ஒவ்வொரு அடுக்கிலும் பலவிதமான செல்வங்கள், பொக்கிஷங்கள் ஏராளமாகக் குவிந்து கிடக்கின்றன. ஆனால்

கிணறு மண்தட்டி தரையில் புதைந்து கிடக்கிறது. இப்படிப்பட்ட பொக்கிஷங்கள் நிறைய இருக்கின்ற கிணறு போன்ற மனம் எல்லா மனிதரிடமும் இருக்கிறது. அது இல்லாதவர்களே இல்லை.

இப்படிப்பட்ட மனதை வைத்திருக்கும் மனிதர்கள் அதை வைத்து என்ன செய்கிறார்கள்? எல்லோருக்கும் அதன் அருமை தெரியும் என்று சொல்ல முடியாது. பலருக்கும் அப்படிப்பட்ட தங்கச் சுரங்கம் தங்களிடம் இருப்பதே தெரியாது. அதன் காரணமாக மனதை அனைவரும் ஒரே அளவு பயன்படுத்துவதில்லை.

சிலர் அதன் மேல் அடுக்கில் அமர்ந்து கொண்டிருக்கிறார்கள். இன்னும் சிலர் அதன் மேற்பரப்பைச் சுரண்டிக் கொண்டிருக் கிறார்கள். அதில் கிடைப்பவற்றை வைத்தே திருப்தி அடைந்து வாழ்க்கையை ஓட்டிவிடுகிறார்கள். ஒரு சிலர் மட்டும் முயன்று சில அடிகள் வரை கீழே செல்கிறார்கள். முழு ஆழமும் போனவர்கள் இல்லை. அல்லது போனவர்கள் திரும்பிவந்து சொன்னதில்லை.

வேறு சிலர் அவர்களிடம் இருக்கின்ற மனம் என்ற புதையல் இருக்கிற கிணறு பற்றி ஏதும் தெரியாதவர்களாக இருக்கிறார்கள். அதன் காரணமாக அதில் வேலை செய்வது இல்லை. அகழ்வது இல்லை. அவர்கள் கடைசிவரை புதையல் எடுப்பது இல்லை. இதனால் அவர்களுக்கு அவற்றின் பயன் கிடைப்பதில்லை.

அரிய படைப்பாளிகள், அறிஞர்கள், விஞ்ஞானிகள், கவிஞர்கள், சிந்தனையாளர்கள் எல்லாம் அந்தக் கிணற்றின் மேற் பரப்பிலேயே நின்றுவிடாமல் சற்று கீழே இறங்கிப்போய் தேடியவர்கள். உள்ளிருந்து அள்ளிவந்து கொடுத்தவர்கள்.

இறைவன் அல்லது இயற்கை எவருக்கும் வஞ்சகம் செய்ய வில்லை. அனைவருக்கும் ஒரே அளவான சக்திவாய்ந்த மூளையையும் மனதையும் கொடுத்துத்தான் அனுப்புகிறது.

ஒன்றைப்பற்றி ஆழ்ந்து சிந்திக்கின்ற செயல்தான் கிணற்றைத் தோண்டுவது. மேலடுக்கிலேயே சுற்றிக் கொண்டிருப்பவர் களுக்கும் அக்கம் பக்கம் வேடிக்கை பார்த்துக்கொண்டு இருப்பவர்களுக்கும் உள்ளே இருப்பவை தெரியாது. கிடைக்காது.

கேட்க வேண்டும், நம்மிடம் நாமே கேட்க வேண்டும். கேட்டால் கிடைக்கும். வேறு எவரிடமும் கேட்க வேண்டாம். நம்மிடமே

கேட்கலாம். கொடுக்கும் சக்தி பெற்றது நம் மனது. விவேகானந்தர் சொல்வார், 'இதுவரை உலகம் பெற்றுள்ள எல்லா அறிவும் மனதில் இருந்து வந்ததே. பிரபஞ்சத்தின் எல்லையற்ற நூல் களஞ்சியம் உங்கள் மனதுக்குள்ளேயே இருக்கிறது. புற உலகம் நீங்கள் உங்கள் மனதை ஆராய்வதற்காக அமைந்த வெறும் ஒரு தூண்டுகோல், ஒரு வாய்ப்பு மட்டுமே'.

சார்புநிலைக் கோட்பாட்டைச் சொன்ன ஆல்பர்ட் ஐன்ஸ்டீன் சொன்னதும் இதைத்தான். 'நான் உங்களில் யாரைக் காட்டிலும் அதிக புத்திசாலி இல்லை. ஒரு பிரச்சினையின் தீர்வை கண்டடைய அதிக நேரம் செலவிடுகிறேன். எனக்கு வெற்றி கிடைக்கிறது.'

அவ்வளவுதான். எவர் செய்தாலும் கிடைக்கும். வேறுபாடு என்பது செய்பவர்களிடம் இல்லை. செயலின் அடர்த்தியில் இருக்கிறது. முழு ஈடுபாட்டுடன் ஆழ்ந்து ஒன்றையே தொடர்ந்து செய்பவர்களுக்கு வெற்றி கிடைக்கின்றன. அவர்களுக்கு எப்படிப்பட்டவை கிடைக்கின்றன?

கிடைப்பதற்கு அரியன கிடைக்கின்றன. யோசிக்காதவை, பலரும் புரிந்து கொள்ளவே சிரமப்படும் விஷயங்கள் எல்லாம் அவர்களுக்குக் கிடைக்கின்றன. பூமியை வெவ்வேறு இடங்களில் பல நூறு அடி ஆழம் தோண்டத் தோண்ட தண்ணீர், பெட்ரோல், தங்கம், வைரம் என்று பலவும் கிடைப்பது போல, மனித மனதினுள் அவர்களுக்கு எவ்வளவோ முத்து முத்தான விஷயங்கள் கிடைக்கின்றன.

இந்தத் துறையில் இவர்களுக்குத்தான் என்றில்லை. எல்லாத் துறையிலும் கிடைக்கும். எது செய்தாலும் அதில் மாணிக்கம் கிடைக்கும். எவர் செய்தாலும் கிடைக்கும்.

நடிகர் திலகம் சிவாஜி கணேசன் பற்றி ஒரு விஷயம் சொல்வார்கள். ஒருவரைச் சற்று நேரம் பார்த்தால் போதும். பிறகு அவரைப் போலவே அவரால் நடந்து காட்டிவிட முடியுமாம். இங்கு நடப்பது என்பது கால்களால் நடந்து காட்டுவதை மட்டுமல்ல; அவர்களுடைய உடல் அசைவுகள், பேச்சு தொனி, மேனரிசங்கள் அத்தனையையும் அப்படியே நடித்துக் காட்டும் ஆற்றலைக் குறிக்கிறது. பார்ப்பதை உள்வாங்கும் திறன், அதை அப்படியே செய்து காட்டும் திறன்.அதில் சிவாஜிகணேசன் மிகுந்த தேர்ச்சி பெற்றவர்.

வாழ்க்கையின் உண்மைகளை, எதார்த்தங்களை எளிய வார்த்தைகளில் மிக அழகாக சொல்லியவர் கண்ணதாசன். ஆயிரக்கணக்கான பாடல்கள். அத்தனையும் முத்துக்கள். பத்து நூறு அல்ல... பத்தாயிரத்துக்கும் அதிகமான பாடல்களை அழகு தமிழில் எழுதியவர் கம்பர். இலக்கியச் சுவையை அள்ளி அள்ளிக் கொடுத்தவர். இன்றைய மிதிவண்டியையும் ஆகாய விமானத்தையும் சில நூற்றாண்டுகளுக்கு முன்பாகவே கற்பனையில் உருவாக்கி ஓவியமாக வரைந்தவர் டாவின்சி.

முப்பதாயிரத்துக்கும் அதிகமான திரையிசைப் பாடல்கள் பாடியவர் எஸ்.பி.பாலசுப்பிரமணியம். ஆயிரக்கணக்கான பாடல்களுக்கு வெவ்வேறுவிதமான அற்புதமான இசை வடிவங்கள் கொடுத்தவர்கள் இசை ஜாம்பவான்கள் கே.வி.மகாதேவன், எம்.எஸ்.விஸ்வநாதன், இளையராஜா, ஏ.ஆர்.ரஹ்மான் ஆகியோர்.

இன்னும் எவ்வளவோ துறைகளில் உச்சம் தொட்டவர்கள், மற்றவர்கள் அதிசயிக்கும் செயலைச் செய்தவர்கள் ஏராளமானவர்கள் இருக்கிறார்கள். இதோ பார்... இதைப் பார் என்று எதை எதையோ எடுத்துவந்து காட்டி உலகத்தை வியப்படைய வைப்பார்கள்.

இவர்களெல்லாம் எங்கிருந்து எடுத்து வருகிறார்கள்? உள்பக்கம் திரும்புகிறார்கள். மனம் என்ற கிணற்றுக்குள் இறங்குகிறார்கள். மேலே வருகிறார்கள். ஒவ்வொரு முறையும் அவர்கள் கைகளில் ரத்தினங்களும் வைரங்களும் கோமேதகங்களும் ஜொலிக்கின்றன.

இன்னாருக்குத்தான் என்று இல்லை. எவர் எந்த ஒன்றைத் தொடர்ந்து செய்தாலும் அதில் பாண்டித்தியம் வந்துவிடுகிறது. ஒரே இடத்தில் தொடர்ந்து துளையிட்டால் நீரூற்று கிடைக்கும்.

மனம் என்ற மாபெரும் புதையல் எல்லோருக்குள்ளும் புதைந்து கிடக்கிறது. வாழ்நாள் முழுக்க அதைத் தோண்ட வாய்ப்பும் இருக்கிறது. கோள வடிவில் இருக்கும் அதை எந்தப் பக்கத்தில் இருந்தும் அகழலாம். துருவலாம். ஆழமாகத் தோண்டலாம்.

என்ன கிடைக்கும்? என்ன வேண்டுமானாலும் கிடைக்கும். என்னென்னவோ கிடைக்கும். எவ்வளவோ கிடைக்கும்.

●

டாக்டர் **சோம. வள்ளியப்பன்**

பங்குச்சந்தை வர்த்தகம், பொருளாதாரம், உணர்வு மேலாண்மை, சுயமுன்னேற்றம், நிர்வாகவியல், மனித வள மேம்பாடு, நிதி நிர்வாகம் உள்ளிட்ட துறைகளில் பல புகழ்பெற்ற நூல்களை எழுதியவர். துறைகள் சார்ந்த செழிப்பான அனுபவமும் நிபுணத்துவமும் கொண்டிருக்கும் இவர் தொலைக்காட்சி மற்றும் பத்திரிகைத்துறை ஊடகங்களில் தொடர்ந்து இயங்கி வருகிறார். Emotional Intelligence-ல் ஆய்வுசெய்து சென்னை பல்கலைக்கழகத்தில் PhD. பட்டம் பெற்றவர்.

சொற்பொழிவுகள் மற்றும் பயிற்சி வகுப்புகள் மூலம் பல ஆயிரக்கணக்கான மக்களுடன் தொடர்ந்து உரையாடி வருபவர்.

Author's Email: writersomavalliappan@gmail.com
Author's Website : www.writersomavalliappan.in
www.facebook.com/Soma Valliappan
www.youtube.com/Soma Valliappan

ஆசிரியரின் பிற நூல்கள்

பங்குச்சந்தை
1. அள்ள அள்ளப் பணம் 1 - பங்குச்சந்தை: அடிப்படைகள்
2. அள்ள அள்ளப் பணம் 2 - பங்குச்சந்தை: அனாலிசிஸ்
3. அள்ள அள்ளப் பணம் 3 - பங்குச்சந்தை: ஃபியூச்சர்ஸ் அண்ட் ஆப்ஷன்ஸ்
4. அள்ள அள்ளப் பணம் 4 - பங்குச்சந்தை: போர்ட்ஃபோலியோ முதலீடுகள்
5. அள்ள அள்ளப் பணம் 5 - பங்குச்சந்தை: டிரேடிங்
6. அள்ள அள்ளப் பணம் 6 - மியூச்சுவல் ஃபண்ட்
6. அள்ள அள்ளப் பணம் 7 - தங்கம்
7. அள்ள அள்ளப் பணம் 8 - இன்சூரன்ஸ்
8. Bulls and Bears - All about Shares
9. ஷேர் மார்க்கெட் சீக்ரெட்ஸ்
10. ஷேர் பசார் சீக்ரெட்ஸ் (ஹிந்தி)
11. பங்கு சந்தை என்றால் என்ன

வியாபாரம்
1. நம்பர் 1 சேல்ஸ்மேன் (சிறந்த விற்பனையாளர் ஆவது எப்படி?)
2. பணமே ஓடி வா
3. தொட்டதெல்லாம் பொன்னாகும்
4. பணம், சில ரகசியங்கள்
5. பணம் சந்தேகங்கள் விளக்கங்கள்
6. நேர்மையாக சம்பாதிக்க இவ்வளவு வழிகளா!
7. எந்தத் தொழிலிலும் ஜெயிக்கலாம்

சுயமுன்னேற்றம்
1. இட்லியாக இருங்கள் - எமோஷனல் இன்டெலிஜென்ஸ்
2. எமோஷனல் இண்டெலிஜென்ஸ் 2.0
3. ரசவாதம்: ஏதிலும் பெரும் வெற்றி (NLP பற்றி)
4. தடையேதுமில்லை (சுயமுன்னேற்றக் கட்டுரைகள்)
5. உஷார் உள்ளே பார் (மனமும் சக்தியும்)
6. ஆல் தி பெஸ்ட் ! (நீங்கள் விரும்பும் வேலையை வென்றெடுப்பது எப்படி?)
7. தள்ளு (மோட்டிவேஷன்)
8. சின்னத் தூண்டில் பெரிய மீன்
9. சிறு துளி பெரும் பணம்
10. டீன் தரிகிட (பதின் பருவம்)
11. சொல்லாததையும் செய்!
12. மனதோடு ஒரு சிட்டிங்
13. இவ்வளவுதானா நீ?
14. முன்னேற்றம் இந்தப் பக்கம்
15. எல்லோரும் வல்லவரே
16. காதலில் இருந்து திருமணம் வரை
17. சிக்கனம் சேமிப்பு முதலீடு
18. நல்லதாக நாலு வார்த்தை
19. திட்டமிடுவோம் வெற்றிபெறுவோம்
20. அதிகாரம் அல்ல, அன்பு
21. உடல் மனம் புத்தி
22. யார் நீ?
23. You vs You: *Everything you need to know about Emotional Intelligence*

நிர்வாகம்

1. ஆளப்பிறந்தவர் நீங்கள் (தலைமைப் பண்புகள்)
2. காலம் உங்கள் காலடியில் (நேர நிர்வாகம்)
4. உலகம் உன் வசம் (கம்யூனிகேஷன்)
5. உறுதி மட்டுமே வேண்டும் (கமிட்மெண்ட்)
6. உறவுகள் மேம்பட (Secrets of Managing People)
7. சிறந்த நிர்வாகி ஆவது எப்படி?
8. மேனேஜ்மெண்ட் குரு கம்பன்
9. வீட்டுக் கணக்கு
10. நேரத்தை உரமாக்கு (காலம் உங்கள் காலடியில் - 2)

பொருளாதாரம்

1. நாட்டுக் கணக்கு - 1
2. நாட்டுக்கணக்கு - 2
3. அதிர்ந்த இந்தியா
4. அவசரம் - உடனடியாக செய்யவேண்டிய சமூக பொருளாதார மாற்றங்கள்

மாணவர்களுக்கு

1. மன அழுத்தம் விரட்டலாமா
2. இந்தமுறை நீதான்
3. நீங்கள் அசாதாரணமானவர்
4. You are Extraordinary
5. திட்டமிடுவோம் வெற்றிபெறுவோம்

மற்றவை

1. எங்குமிருப்பவர் (சாய் சரிதம்)
2. கே பாலசந்தர்- வேலை டிராமா சினிமா
3, நல்ல மனம் வாழ்க
4. மகிழ்ச்சியாக வாழுங்கள்
5. அப்பா, மகன் - நெருக்கமும் நெருடல்களும்

புதினம்

1. நெஞ்சமெல்லாம் நீ
2. பட்டாம்பூச்சிகளின் கண்ணாமூச்சி காலம்
3. ஜெமினி சர்க்கிள்

நீங்கள் விரும்பும் புத்தகம் உங்கள்
வீடு தேடி வர அழையுங்கள்

Dial for Books

94459 01234 | 9445 97 97 97

WhatsApp No: 95000 45609

dialforbooks.in | amazon.in | flipkart.com

www.ingramcontent.com/pod-product-compliance
Lightning Source LLC
LaVergne TN
LVHW092048060526
838201LV00047B/1294